நாட்குறிப்பில் நீ

கார்த்தி செளந்தர்

எல்லா புகழும் இறைவன் ஒருவனுக்கே!!

பொருளடக்கம்

பொருளடக்கம்

முன்னுரை

குறிப்புகள் போல, ஆங்காங்கே நான் பார்க்கிற, கேள்விப்படுகிற, உணர்கிற காரியங்கள் குறித்து தொகுத்து எழுதியிருக்கிறேன். காதல், புரிதல், ரசனை என்று கிட்டத்தட்ட டைரி குறிப்புகள் போல, ஒரு ரயில் பயணத்தில் ரசிக்கும் புத்தகம் போல இந்த புத்தகத்தினை வாசிக்கலாம்.

வெவ்வேறு சூழ்நிலைகளில், வெவ்வேறு மனிதர்கள், வெவ்வேறு சம்பவங்கள் என்று எழுதப்பட்டிருக்கும்.

உரிமம் : கார்த்தி செளந்தர்

நன்றி

இதுவரை நடத்தி
குறைவின்றி காத்து
மகிழ்வை தந்த இறைவனுக்கும்
பெற்றவர்களுக்கு
மற்ற நல்ல உள்ளங்களுக்கும்
நன்றிகள் பல...

அன்புடன் கார்த்தி சௌந்தர்

1

நாட்குறிப்பில் நீ...

காதலியைத் தேடி

மழை பெய்து முடிந்த அந்த மாலைப்பொழுதில், அதனை சற்றும் ரசிக்க மனம் இல்லாமல் தான் நின்றுகொண்டிருந்தேன்.

மழை பெய்த காரணத்தினால் பூங்காவில் அத்தனை இருக்கைகளும் சற்றே ஈரமாகத்தான் இருந்தன. எப்போதும் அமரும் இடத்திற்கு அருகே வண்டியை நிறுத்தி அதில் சாய்ந்தபடி நின்றுகொண்டிருந்தேன். கழுத்தளவு கோபம் இருந்தது அவள் மேல். இன்றைக்கு வரட்டும், பேசிக்கொள்வோம் என்ற மனநிலையில் ரசனையே இல்லாமல் தான் பூங்காவை சுற்றிப் பார்த்துக்கொண்டிருந்தேன்.

கிட்டத்தட்ட பதினைந்து நிமிடங்கள் கழித்து தோளில் மாட்டிக்கொண்ட பையை சரியாக மாட்டியபடி நடந்துவந்தாள். பார்வையில் முறைப்பு மட்டுமே குடியிருக்க, "கோபமா இருக்க வேண்டியவன் நான்..." என்ற பார்வையை தான் நான் தாங்கி நின்றேன். அதையும் புரிந்துகொண்டாள் போல, அதற்கும் சேர்த்து புருவம் உயர்த்தி முறைத்தாள்.

அருகே வந்து நின்று, "என்ன விஷயம்?" என்று கேட்க,
"உன்ன பார்க்க தான் வந்தேன்..." என்றேன்.
"அதான் என்ன விஷயம்ணு கேட்டேன்..." என்று மணிகட்டில் இருந்த கடிகாரத்தில் நேரம் பார்த்தபடி சொல்ல, அவளையும் கடிகாரத்தையும் ஒரு முறை பார்த்துவிட்டு,
"என்ன பார்த்து பேசுடி..." என்றேன்.
"உங்ககிட்ட தான் பேசிட்டு இருக்குறேன்...என்ன விஷயம் சொல்-லுங்க...எனக்கு நேரமாகுது...வீட்டுக்கு வேற கிளம்பனும்..." என்றாள் இப்-போது கைகளை நெஞ்சின் குறுக்கே கட்டிக்கொண்டு. பார்வை இன்னும் என் முகத்திற்கு வரவே இல்லை.
"அப்போ எங்கிட்ட பேசமாட்ட..." என்று வண்டியில் ஏறி அமர்ந்து, சைடு ஸ்டாண்டினை எடுத்தபடி கேட்க, அவளிடம் எந்த பதிலும் இல்லை.
"நீ பேசுனது சரியா?" என்று அப்போதும் நான் தான் சமரசம் பேசிக்கொண்-டிருந்தேன். ஒரு பிரயோஜனமும் இல்லை என்பது போல அப்படியே தான் நின்றாள்.

மேலிருந்து கீழ் வரை அவளைத்தான் அவதானித்தேன். இறுக்கம் குறை-யாமல் தான் நின்றிருந்தாள் என்பதால் எனது கோபம் குறைய ஆரம்பித்தது.
"இப்படியே தான் நிக்க போறியா???நான் கிளம்பவா??" என்று கேட்க,
"நான்ன்னாலே உங்களுக்கு இளக்காரம் தான்..." என்று ஒலித்தது அவளது க்ரீச் குரல்.

காதுக்குள் விரல் விட்டு ஆட்டியபடி, "சரிடி...விடு...வண்டில ஏறு...லேட் ஆகுதுன்னு சொன்னதான்..." என்றேன்.

"நான் பேசுறது எரிச்சலா இருக்குன்னா என்னை ஏன் தேடி வர்றீங்க...என் கிட்ட ஏன் பேசுறீங்க..." என்றாள் கோபமாக.

"உன்னைத்தேடி வர்றேன்ல... அந்த திமிருடி உனக்கு...." என்று குனிந்தி- ருந்தவள் முகம் பார்த்து சற்றே குனிந்து சொல்ல, அவளிடம் பெருமூச்சு மட்டுமே.

"என்கூட வரமாட்டியா??" என்றேன் வண்டியை உயிர்ப்பித்தபடி. இன்னுமொரு பெருமூச்சுடன் வண்டியில் ஏறிக்கொண்டாள். பயணம் முழுவதும் எந்தவித- மான உரையாடலும் இல்லை. சற்று நேரம் சென்றபின்,

"கோபம் போய்டுச்சா?? " என்று கேட்டதற்கு,

"வீடு வந்துருச்சு....நிறுத்துங்க..." என்று இறங்கிக் கொண்டாள்.

அதன்பின் மாலை நேர காபி சிற்றுண்டி, அம்மா அப்பாவுடன் பேச்சு, பிள்ளைகளின் வீட்டுப்பாடம், தொலைக்காட்சியில் நாடகம், இரவு உணவு, அப்பாவிற்கு சுகர் மாத்திரை, அம்மாவிற்கு பால், குழந்தைகளுக்கு கதை சொல்லி என்று காணாமல் போயிருந்தாள் என் காதலி.

இரவு பத்து மணிக்கு உச்சியில் போட்டிருந்த கொண்டையை அவிழ்த்து- விட்டப்படி படுக்கையில் வந்து அமர்ந்தவளை பார்க்க, மாலையில் வந்தி- லிருந்து வேலை செய்ததன் அலுப்பு அப்பட்டமாய் தெரிந்தது.

"கால் பிடிச்சு விடவா..." என்றேன்.

எதுவுமே பேசாமல் கால்களை தூக்கி மடியில் வைத்தாள் தோரணையாக.

"உனக்கு ஏத்தம் தாண்டி...கோபம் போய்டுச்சா..." என்றேன்.

"நீங்க சாரி கேட்டிங்களா??" என்று பதில் கேள்வி கேட்டாள் முறைத்தப்படி.

"வார்த்தைல சொல்லிட்டா ஓகேவா... உனக்கு நான் பீல் பண்றேன்னு தெரி- யலயா..." என்று அவள் கால்களை தடவிப்பார்த்தேன்.

"என்ன பாத்து பேசுங்க..." என்றாள் கீச்சுகுரலில்.

"பேசுனேனே... சாயங்காலம் கூப்பிட வந்தப்போ...நீ தான் பாக்கல... ராத்திரி பத்து மணிக்கு மேல முகத்தை பார்த்தா பேச முடியும்??" என்றேன்.

"கோபத்தை குறைங்க....உடம்புக்கு நல்லதில்ல..." என்று சலுகையாக மடி- யில் படுத்துக்கொண்டாள்.

"வாய கொஞ்சம் குறை...வீட்டுக்கு நல்லதில்ல..." என்று அவள் உதட்டை பிடித்து இழுத்தேன்.

"சாயங்காலம் பார்க் வாசல்ல யாரோ கெஞ்சுன மாதிரி இருந்துச்சு...." என்று கையை தட்டிவிட்டாள்.

"என்ன செய்றது...வீட்டுக்கு வெளிய தான் காதலிய தேட வேண்டியிருக்- குது....வீட்டுக்குள்ள கடுகடுன்னு சுத்துற பொண்டாட்டி தான் இருக்குறா..." என்றேன்.

முறைக்க முயன்று தோற்றுப்போனாள் என்பது தான் உண்மை.

மன்னிப்புகள்

அவளை

மலையிறக்கியதே இல்லை.
முத்தமந்திரம் ஓத வேண்டும் அவளுக்கு..
        இவன்
கார்த்தி செளந்தர்

அக்கினிப்பறவைகள்

பெரும்பாலான நாட்களில் காலையில் 4:30 மணி அல்லது அதிகபட்சம் 5:30 மணிக்கு எழுந்துவிடுவேன்... அப்படி எழும் நேரம் முதலில் வாயில் உச்சரிக்கும் வார்த்தை "நன்றிகள் கடவுளே.. " மட்டும் தான்.

முந்தைய நாளை வாழ்ந்துவிட்டு படுக்கச்சென்றால் அடுத்த நாள் நம்மை உயிருடன் எழுந்துகொள்ளச் செய்ததற்காக நன்றி சொல்வேன்.

காலைக்கடன்கள் முடித்து காபியை வலக்கையில் எடுக்கும்போது இடக்கையில் அலைபேசி இருக்கும்.

டிம்ஸ், அவுட்லுக் என்று நான் தூங்கிய நேரம் எதுவும் பஞ்சாயத்து வந்ததா என்று ஒவ்வொன்றாக பார்வையிடுவேன். மின்னஞ்சல் எதற்கும் பதில் அனுப்ப வேண்டுமென்றால் அந்நேரமே அனுப்பிவிட்டுத்தான் அடுத்த காரியத்திற்கு நகர்வேன்.

அதன் பிறகு தான் படுக்கையில் தூங்கும் பிள்ளைகள் பக்கம் நிம்மதியான பார்வை போகும். "என்னடா வாழ்க்கை இது... காலங்காத்தால ஈமெயில் டிம்ஸ்னு போகுதே"னு சலிச்சாலும் நிர்மலமான அந்த முகங்களை பார்க்கும் போது புன்னகை வந்துவிடும்.

தூங்கிக் கொண்டிருக்கும் அவர்களை கிட்டதட்ட தொந்தரவு செய்து எனது கைவளைவிற்குள் கொண்டுவந்து முத்தம் கொடுத்த பின்பே சரியாக படுக்க வைப்பேன்.

வீட்டில் இதற்கு திட்டும் விழும். தூங்கும் பிள்ளைகளை தொந்தரவு செய்கிறேன் என்று. ஆனால் எனது பேட்டரியை சார்ஜ் ஏற்றிக்கொள்ள அவை அனுதினமும் தேவைப்படுகிறது.

அதன் பின்னான நேரங்கள் பிள்ளைகளை பள்ளிக்கு கிளப்புவது பின் நாங்கள் இருவரும் அலுவலகம் செல்வது என்று இயந்திர கதியில் ஓடும்.

நேற்று நண்பன் புலனத்தில் பேசிக்கோண்டிருந்தான். அவன் Armed Forces க்காக மேற்குவங்கத்தில் பணிபுரிகிறான். மனைவியும் மகனையும் விட்டு அங்கே தனியாக இருக்கிறான்.

"96 படம் பாத்தேன்டா... ரொம்ப எமோஷனல் ஆகிட்டேன்..." என்றான்.

"என்னடா சொல்ற..." என்றேன். (96 படமே இப்போ தான் பாக்குறான் என்ற வலி வேறு)

"ஆமா மச்சி.... நம்ம பேச்சலயும் ஒவ்வொருத்தரும் ஒவ்வொரு இடத்தில் ஒவ்வொரு மாதிரி இருக்குறோம்... சிலர் சந்தோசமா இருக்காங்க... சிலர் ரொம்ப ரொம்ப கஷ்டப்படுறாங்க..." என்றான்.

"யாருக்கு என்னடா ஆச்சு.." என்று விசாரித்தேன்.

எங்களது இன்னொரு நண்பன் துபாயில் இருக்கிறான். தனிமை மற்றும்

குடும்பச்சுமை அவனை வெகுவாய் அழுத்துகிறது என்று கூறினான்.
"குடும்பத்தை கூட கூட்டிட்டு போக முடியாதாடா... ஏன்டா இவன் இப்படி இருக்கிறான்??" என்று ஆதங்கமாக கேட்டேன்.
"இல்லடா... கட்டுப்படி ஆகாது..ஏற்கனவே கஷ்டம்னு தான் அங்க காண்ட்-ராக்ட் ல போயிருக்கான்.... எல்லாரும் னா இன்னும் கஷ்டம்..." என்றான்.
"Middle East னாலே கொஞ்சம் கடி தான்டா..." என்று இருவரும் வெகு-நேரம் பேசினோம்.
இன்னும் எங்கள் நட்பு வட்டத்தில் இப்படி சில நண்பர்கள் இருக்கிறார்கள். குடும்பத்திற்காகவே குடும்பத்தை பிரிந்து இருக்கும் நண்பர்கள்.

இந்த சங்கடத்திற்காகவே வெளிநாடு என்றால் வேண்டாம் என்ற பதில் தான் முதலில் வரும்.. இதுவரை ஏழு எட்டு முறை வெவ்வேறு நாடுகளுக்கு என்று அலுவலக்கத்தில் கேட்டும் முடியாது என்று மறுத்துவிட்டேன்.

கடந்த முறை ஒரு மாதம் மட்டும் என்று பிசினஸ் விசாவோடு போய் நின்ற போது வீட்டில் ஒன்றும் சொல்லமுடியவில்லை.

ஆனால் ஒரு மாதம் கழித்து வீட்டில் எல்லாரும் கூடும் போது அம்மா இதை தான் சொன்னார்.

"உனக்கு இருக்குற காசு சாம்பாத்தியம் போதும்... நீ இனிமே வெளிநாடு போனும்னு எல்லாம் யோசிக்காத.... இதுக்கு மேல நீ முழுசா இந்த குடும்-பத்துக்கு வேணும்... அம்மா அப்பாவுக்கு பிள்ளையா, துணைக்கு துணையா, பிள்ளைகளுக்கு பெற்றவராக நீ இங்க இருக்கனும்....கண்டிப்பா போகணும்னு போறியா, அப்போ குடும்பமா போ... இல்லையா கோடி ரூபாய்னாலும் வேணாம்..." என்று தெளிவாக சொல்லிவிட்டார்.

குறுகிய காலம் தான் என்றாலும் நான் இல்லாமல் பிள்ளைகள் வீட்டில் எப்படி இருந்தன என்று பார்த்துவிட்டதால் அப்படி சொல்லிவிட்டார்.

அன்று அவர் சொல்லிய வார்த்தைகள் நேற்று நண்பன் பேசும்போது இன்னும் தீர்க்கமாக ஒலித்தது.

குடும்பத்திற்காக
அனுபவங்களை துறக்கும் சிலர்...
தேவைகளுக்காக
குடும்பத்தை பிரியும் பலர்...
என்று இன்னும்
அக்கினிப்பறவைகளாகவே
சுற்றித் திரியும்
அநேகரை நினைவுப்படுத்திப்
பார்க்கவே இந்த பதிவு...
நீங்களும் குடும்பத்தை பிரிந்து
சென்றிருந்தால்
நீங்களும் குடும்பத்தை பிரியமுடியாமல்

பின்தங்கியிருந்தால்
நீங்களும் குடும்பத்திற்காக
கணவனைப் பிரிந்து இருந்தால்
நீங்களும் இங்கயே சமாளித்துக்கொள்வோம்
என்று கணவனுக்கு உறுதுணையாக இருந்தால் அக்கினிப்பறவைகளாகிய
உங்களுக்கு வாழ்த்துக்கள்!!!

முக்கியக்குறிப்பு : இன்றைக்கும் காலைப்பொழுது டிம்ஸ் அவுட்லுக் என்றே சென்றது என்றாலும் பிள்ளைகள் பக்கத்தில் நான் இருக்கிறேன் என்ற நிம்மதியுடன் சென்றது.

இவண்
கார்த்தி சௌந்தர்

அப்பாக்கள் அழகு

இன்றைய மெட்ரோ மனிதர்கள்...

ஆலந்தூர் மெட்ரோ ஸ்டேஷனில் இறங்கி, எஸ்கலேட்டர் மூலம் தரை தளத்திற்கு இறங்கிக் கொண்டிருந்தேன். மெட்ரோ உபயோகிப்பவர்களுக்குத் தெரியும் கிட்டத்தட்ட நான்கு மாடிக்கும் அதிகமாக கீழே இறங்க வேண்டும் என்பதால் இரண்டு நீளமான எஸ்கலேட்டர் உண்டு.

பொறுமையாக நின்று அலைபேசி பார்த்தப்படி இறங்க, எனக்கு பின்னே இரண்டு ஆண்கள் பேசியது மிகத் தெளிவாக கேட்கிறது. எனக்கு மட்டுமல்ல இன்னும் சிலருக்கும் கேட்டிருக்கலாம். இருவரும் அலுவலக நண்பர்கள் போல... வயது 45-50 இருக்கும் இருவருக்குமே.

உரையாடல் இப்படி நீண்டது.. அல்லது அந்த இடத்தில் இருந்து தான் நான் கவனிக்கத் தொடங்கினேன் என்றும் சொல்லலாம்.

"பொண்ணு எப்படி இருக்குறா? காலேஜ் எப்படி போகுதாம்???"
"நல்லா இருக்குறா...இப்போதான் லீவுக்கு வந்துட்டு போனா...பொங்கலுக்கு வரேன்னு சொன்னா... ஆனா பொங்கல் முடிஞ்சதும் எக்ஸாம் இருக்கு போல..."
"மூணு வருஷம் கஷ்டப்பட்டா போதும்... அப்புறம் fourth yearல பெருசா ஒன்னும் இருக்காது..."
"ஹ்ம்ம்... காலைல கூட பேசினேன்..."
"என்ன சொல்றா???"
"படிச்சுட்டு இருக்கேன்ப்பான்னு சொன்னா... டீ குடிச்சியான்னு கேட்டேன்... இல்லைன்னு சொன்னா... இது தான் பிரச்சனை.. வீட்ல இருந்தா நாங்க நல்லா பாத்துப்போம்... ஹாஸ்டல்ல இருந்து டீ கூட குடிக்காம இருக்-குறா...அதான் ஒரு மாதிரி இருக்கு..."
"பழகிக்குவா..."

இந்த இடத்தில் நான் எஸ்கலேட்டரிலிருந்து இறங்கி முன்னே நடக்க ஆரம்பித்துவிட்டேன் என்றாலும் என்னால் அப்படியே கடக்க முடியவில்லை.

திரும்பி அவர்கள் இருவரையும் பார்த்து புன்னகைத்துவிட்டு கடந்து வந்-தேன்.

என் அளவுக்கு உயரமும் சற்றே தொப்பையும் தலையில் முடி இல்லா-மலும் இருந்தார். மாஸ்க் அணிந்திருந்தபடியால் என்னால் முகத்தை பார்க்க முடியவில்லை என்றாலும் கண்களை பார்த்தேன்.

மகளைக் குறித்த பெருமையும் அவள் பிரிவு குறித்த ஏக்கமும் நிறைந்த கண்கள் அவை...

மூன்று விடயங்கள் மட்டும் தோன்றியது.

1. இந்த பெண்கள் மனதில் ஆண் என்பவன் கணவனாகவோ காதலா-னாகவோ எத்தனை மெனக்கெட்டாலும் அப்பாவின் இடத்தை பிடிக்க முடி-யாது. அப்படியான ஒரு ஏகாந்த நிலை மகளதிகாரத்தின் மூலமே கிட்டும்.

2. இத்தனை காலையில் அலுவலக பயணத்தில் கூட ஒரு அப்பாவின் மனதை மகளே ஆட்சி செய்கிறாள் என்றால் அந்த மகள் கொடுத்து வைத்-தவள்.

காலை எழுந்து படிக்கிறேன் என்ற கூட்டத்தை விட அலைபேசியில் ரீல்ஸ் பார்க்கிறேன் என்ற கூட்டமே அதிகம் என்றாலும் அந்த பெண் சொன்னது உண்மையாக மட்டுமே இருக்க வேண்டும் என்று அந்த நல்ல அப்பாவிற்காக வேண்டிக்கொண்டேன்.

3. நான் அவரைப் பார்த்து புன்னகைக்க இரண்டு காரணங்கள்... ஒன்று – மகளுக்கு எல்லாம் உடன் இருந்து செய்யவேண்டும் என்று ஆசைப்-டாமல் அவள் தனித்து இயங்க அவளை உற்சாகப்படுத்த வேண்டியதொரு அவசியம் அப்பாவாக அவருக்கு உண்டு.

மற்றொன்று – கசப்பு என்றாலும் உண்மையில் இந்த அப்பாவை விட்டு இந்த இளவரசி கூடிய சீக்கிரம் இன்னொருவனின் ராணியாகிச் செல்வாள் என்பதால் பிரிவு உறுதி.

ஆண்கள் அழகானவர்களா தெரியாது...
அப்பாக்கள் மிகமிக அழகானவர்கள்!!

இவண்
கார்த்தி சௌந்தர்

<h1 style="text-align:center">தட்டிக்கொடு</h1>

இன்றைய மெட்ரோ மனிதர்கள்...

வெள்ளிக்கிழமை என்பதால் மெட்ரோவில் சற்றே கூட்டம் குறைவாக இருந்தது.

கதவின் அருகே முதல் இருக்கையில் அமர்ந்திருந்தேன் என்பதால் பக்கத்து பெட்டியில் எதிரே அமர்ந்திருப்பவர்களையும் பார்க்க முடிந்தது. அல்லது அங்கே இருந்த குழந்தையின் சத்தம் பார்க்க, ரசிக்க வைத்தது.

அந்த குடும்பத்தில் இரண்டு குழந்தைகள்...

முதல் குழந்தையின் வயது நான்கு அல்லது ஐந்து இருக்கலாம். தன் தாயின் அருகே அமர்ந்து அவர் மேலேயே சாய்ந்தபடி அவரது கையை பிடித்துக்கொண்டே வேடிக்கை பார்த்துக்கொண்டிருந்தது.

இரண்டாம் குழந்தைக்கு இரண்டு வயதிற்குள் தான் இருக்கவேண்டும். இன்னும் பேச ஆரம்பிக்கவில்லை என்றாலும் அவர்கள் பேசுவதற்கு எல்லாம் பதில் மொழி தந்தது.

கணவனும் மனைவியும் மாறி மாறி கொஞ்சிக்கொண்டு, விளையாட்டு காட்டிக்கொண்டு அமர்ந்திருந்தனர். காரணம் குழந்தையின் சிணுங்கல் அதிகமாகிக்கொண்டே இருந்தது. தூக்கத்திற்கு அழுகிறது என்று அனுபவப்பட்டவர்கள் கண்டுகொள்வார்கள்.

அதன் பெற்றோரும் இன்னும் கொஞ்ச நேரத்தில் இறங்கிவிடலாம் என்று சொல்லிப்பார்த்தாலும் அங்கே ஒன்றும் செல்லுபடியாகவில்லை. அன்னை மடியிலும் அமரவில்லை தந்தை வாங்கினாலும் பலன் இல்லை. ஒரு கட்டத்தில் குழந்தையின் தந்தை எழுந்து நின்றபடி குழந்தையை தோளில் போட்டுக்கொண்டார். அடுத்த நொடி குழந்தை கப்சிப்பென்று தந்தையின் தோளில் சாய்ந்து கண்களை மூடிக்கொண்டது.

குழந்தையை முதுகில் தட்டிக்கொடுத்தபடி அவர் ஜன்னல் புறமாக திரும்பி நின்று எங்களுக்கு முதுகு காண்பிக்க, குழந்தை பொறுமையாக தகப்பனின் தோளை தட்டிக்கொடுத்தபடி முகத்தை தோளில் சாய்த்திருந்தது. அத்தனை நேரம் ஆர்ப்பாட்டம் பண்ணியது அவர் தான் என்பது போல குழந்தை அதன் தகப்பனை தட்டிக்கொடுத்துக் கொண்டிருந்தது. அவர்கள் இருவரையும் அந்த தாய் செல்லமாக முறைத்தது போல கூடத் தெரிந்தது.

பார்த்த நொடியில் இதழுக்குள் சிரித்துக்கொண்டேன். அந்த ஒரு காட்சியில் சில விடயங்கள் மனதிற்குள் நீண்டது.

1. பெரிய குழந்தை அம்மாவின் வளர்ப்பு, இந்த சின்ன குழந்தை அப்பாவின் வளர்ப்பு போல. தோளில் போட்டே பழகியிருப்பதால் அதே சுகத்தை எதிர்பார்த்திருக்கிறது.

2. குழந்தையை தட்டிக்கொடுத்த போது குழந்தை என்ன உணர்ந்ததோ தெரியாது ஆனால் குழந்தை தன்னை தட்டிக்கொடுப்பது எத்தனை பெரிய உணர்வு என்று அதை உள்வாங்கிக்கொண்டிருப்பவருக்கு தெரியும்.

3. அநேக நேரங்களில் குழந்தைகளுக்கு அல்ல பெரியவர்களுக்கே குழந்தைகளின் அந்த அரவணைப்பும் தட்டிக்கொடுத்தலும் தேவைப்படுகிறது என்பதில் சந்தேகமில்லை. எந்த காரணமுமில்லாமல் எந்தவிதமான உறவும் இல்லாமல் ஒரு குழந்தையை அணைத்துப்பார்த்தால் அதை உணர முடியும்.

ஏனென்றால், இந்த காட்சி லியோ படத்தின் ஒரு காட்சியைக் கூட நினைவுபடுத்தியது. அந்த படத்தில் வில்லன் மூலமாக தனக்கு வரும் பிரச்-சனைகளால் சரியான தூக்கம் இல்லாமல் எப்போதும் இரவில் விழித்துக்-கொண்டே இருக்கும் தகப்பன், தன் மகள் அழைத்ததும் அவள் மடியில் நிம்மதியாக கண்ணுறங்கும் காட்சிக்கு இதே தாக்கம் உண்டு என்று யோசித்-தேன்.

4. தட்டிக்கொடுப்பது என்பது மிகப்பெரிய ஊக்குவிப்பு, கண்ணுக்குத் தெரியாத பலன் என்று நமக்கு அநேக நேரங்களில் புரிவதில்லை. உயர்வோ தாழ்வோ எந்த சூழ்நிலையும் ஒருவரை தட்டிக்கொடுத்தால், அந்த இரண்டு நொடி நேர செய்கை, அந்த நபரை அதிகதிகமாய் உத்வேகப்படுத்தும்.

Pat someone on their shoulder today.
You may not know the value but the one who receives it feels heaven and who knows they might carry it forward to someone who desperately needs it.

இவண்

கார்த்தி செளந்தர்

பொங்கல் வைத்த பொங்கல்

இன்றைய உச்சக்கட்ட சம்பவம்...சம்பவம் என்றும் சொல்லலாம், ரசித்து, சிரித்து வெந்து, நொந்து ஒரு வழியாக தேறிய ஒரு சாதாரண குடும்பஸ்தன் கதை என்றும் சொல்லலாம்.

நியாய விலைக்கடையில் இன்று எங்கள் தெருவிற்கு ஆயிரம் ரூபாய் பொங்கல் பரிசும் ஒரு கிலோ சர்க்கரை மற்றும் ஒரு கிலோ பச்சரிசி அதோடு கூட வேட்டி சட்டை எல்லாம் வாங்கச் சென்ற போது நடந்த சுவாரஸ்யங்களை நினைவுடுக்கோடு கூட குறிப்பேட்டிலும் எழுதிவைக்காமல் இருக்க முடியவில்லை.

எங்கள் ஏரியாவில் இரண்டு நியாயவிலைக் கடைகள் எதிரெதே உண்டு. நானும் நண்பனும் நான்கு மணி போல வீட்டிலிருந்து கிளம்பினோம்.

அப்பா நேற்றே டோக்கன் வாங்கி வைத்துவிட்டார் என்பதால் டோக்-கனை சரிப்பார்த்து விட்டு நண்பனை இழுத்துக்கொண்டு வண்டியை எடுத்-தேன்.

"மச்சி... எனக்கு 13 ஆம் தேதி தான்டா போட்ருக்கு... இன்னொரு டோக்கன் ஒன்னு எக்ஸ்ட்ரா இருக்கு... அதுல 12 ஆம் தேதினு நானே எழுதிட்டேன்... கண்டுபிடிக்க முடியுதான்னு பாரு..." என்று அவன் நீட்ட, "விளங்குச்சு...இப்படியே அங்கேயும் வந்து ஒளராம மூடிட்டு வாடா..." என்று அழைத்துச் சென்றேன்.

"டேய் வண்டிய நிறுத்திட்டு வா... நான் போய் வரிசைல நிக்குறேன்..." என்று சொல்லிவிட்டு அங்கே சென்றால், கடையில் ஆரம்பித்து சந்து வளைவில் திரும்பி அடுத்த தெருவின் பாதியில் நின்றது அந்த வரிசை. வயது வரம்பின்றி, ஆண் பெண் பேதமின்றி குழந்தைகள் முதல் பெரியோர் வரை அங்கே நின்றனர்.

"ம்க்கும்... என்னைக்கு முடிய..." என்று நொந்தபடி சென்று அங்கே நிற்க நண்பனும் வந்துவிட்டான்.

கார்டு என்ட்ரி போடுவதற்கு ஒரு பெண், கையெழுத்து வாங்க ஒரு பெண், பொருட்கள் எடைப்போட்டு கொடுக்க ஒரு ஆண் என்று அவர்கள் உழைத்துக் கொண்டிருக்க, சற்று நேரத்திற்குள்ளாக எங்களுக்கு பின்னும் இருபது பேருக்கு மேல் வந்துவிட்டனர்.

கூட்டத்தை பார்த்துவிட்டு இடைப்போட்டு பொருட்கள் கொடுப்பவர் (நடுத்தர வயது இருக்கும்) வந்து,

"என்ன இவ்ளோ பேர் நிக்கிறீங்க...13 ஆம் தேதி எல்லாம் நாளைக்கு வாங்க.. லைன்ல நின்னாலும் அங்க வந்தா தரமாட்டேன்...ஏற்கனவே காலைல 200 டோக்கன் முடிஞ்சுருச்சு... டைம் வேஸ்ட் பண்ணமா நாளைக்கு வாங்க... நாளைக்கும் வாங்கலாம்..." என்று சொல்ல, சிலர்

கிளம்பினர்.

மீதி ஜனம் நின்றது நின்றபடியே நிற்க, கூட்டம் நகர்வதைப் போல தெரி-யயவில்லை. காரணம் அங்கே பொருள் போட்டுக் கொடுக்க வேண்டிய அந்த ஆண் அங்கே நிற்காமல் அங்குமிங்கும் சுற்றிக்கொண்டே வர,

"இவன் என்னடா பொருள் போட்டு கொடுக்காம சுத்தினு இருக்கான்.." என்றேன் நண்பனிடம்.

"மச்சி... அந்த வடிவேலு கண்டக்டரா வரும்போது பஸ் தள்ளுவானே ஒருத்-தன்..." என்று அவன் கேட்க,

"ஹான் தள்ளு தள்ளு தள்ளு.." என்று கோரஸ் பாடியபடி சிரித்துக்கொண்டே நின்றோம். அப்போது அவசரமாக ஒரு அண்ணாச்சி வந்து ஒவ்வொருவருக்-காய் கையில் pamplet கொடுத்துச் சென்றார்.

புதிதாய் திறக்கப்பட்ட ஒரு துணிக்கடையின் விளம்பரம் இருக்க, அதனைப் பார்த்துவிட்டு அதில் பேப்பர் கேமரா செய்தபடி பேசிக்கொண்டே நகர, ஒரு வழியாக ஒளி வந்துவிட்டது வெளிச்சம் வந்துவிட்டது என்பது போல தெருவின் முனைக்கு வந்து ரேஷன் கடை கண்ணிற்கு தெரியும் இடத்திற்கு வந்தோம்.

அப்போது அங்கே கார்டு என்ட்ரி போட்டுக்கொண்டிருந்த கரார் மேடம் ஒரு தாத்தாவை சத்தம் போட்டது. அவர் பேரனுடன் வந்திருக்க, பேரனை வரிசையில் நிற்க வைத்துவிட்டு அவர் கரும்பு எடுத்துக்கொண்டிருக்க,

"ஐயா என்ட்ரி போட்டீங்களா?? இங்க கையெழுத்து போடாம கரும்பு எடுக்காதீங்..." என்று குரல் கொடுக்க, ஒரு பாட்டி பொருட்கள் எல்லாம் வாங்கிவிட்டு வந்து கூட்டத்தின் முனையில் அந்த கரார் மேடமிடம் சண்டை பிடித்துக்கொண்டிருந்தது.

ஏற்கனவே கூட்டம், அதிலும் பொருள் போடும் நபரும் சரியாக அங்கே நின்று பொருள் போடாமல் சுற்றிக் கொண்டிருக்க, அங்கே வரிசையில் நின்ற ஒரு அண்ணா காவலரிடம் பேசி அனுமதி வாங்கி அவரே சென்று எடை-போட்டுக் கொடுக்க ஆரம்பித்தார்.

கூட்டம் சற்றே குறைய ஆரம்பிக்க, அந்த பாட்டி உச்ச தொனியில் கத்-தியது. எப்படியும் அறுபது வயதிற்கு மேல் இருக்கும். ஒரு சிகப்பும் வெள்-ளையையுமாய் கட்டம் போட்ட சேலை கட்டி கண்ணாடி வேறு அணிந்தி-ருந்தார்.

"போன வருஷம் புடவை கொடுத்தாங்க... இந்த வருஷம் இல்லைனா என்ன அர்த்தம்??" என்று அவர் கேட்க, அந்த கரார் மேடமோ,

" இந்த வருஷம் கொடுக்கலன்னு அர்த்தம்...சேலை இல்லைனு வந்தா நான் என்ன பண்ண முடியும்?? ஏன் கொடுக்கலைன்னு நீங்க போய் கேட்டுட்டு வாங்க. " என்று தன் பங்கிற்கு எகுற, அதற்கும் அந்த பாட்டி ஏதோ முனங்க எங்களுக்கு சரியாக கேட்கவில்லை.

ஆனால் கரார் மேடமிற்கு கேட்டுவிட, அவர் என்ட்ரி போடுவதை விட்டுவிட்டு, "ஏம்மா நான் என்ன என் வீட்டு காசுல எடுத்து கொடுக்குறேனா??? உங்க கார்டுக்கு சேலை இல்லன்னா நான் எப்படி கொடுக்கிறது??" என்று கத்த ஆரம்பித்துவிட்டார்.

"அய்யயோ கடவுளே... இந்த பாட்டி இங்க இருந்து கிளம்பினா தேவலை...இந்த அம்மா என்ட்ரி போடாம சண்டை போடுதே... எவ்ளோ நேரம் நிற்குறது..." என்று நண்பன் புலம்ப,

"5:30 மணிக்குள்ள கிட்ட போகணும்டா.. இல்லைனா அந்த அம்மா கடைய சாத்திட்டு கிளம்பிரும்... நாளைக்கும் வந்து நிற்க முடியாது..." என்றேன் நான்.

எங்கள் கடைக்கு எதிரே இருந்த ரேஷன் கடையில் கூட்டமே இல்லை. அவ்வப்போது ஒருவர் இருவர் என்று வாங்கிச்செல்ல,

"ஏன்டா... அந்த கடைக்கு எவனுமே வரல... கரும்பு கட்டும் பிரெஷ்ஷா இருக்கு... நமக்கு மட்டும் ஏன் இப்படியோ.." என்று நாங்கள் பேசிக்கொண்டே நகர, அந்த கண்ணாடி பாட்டி அங்கே இன்னும் கரும்பு சரி பார்த்து எடுத்துக் கொண்டிருந்தது.

"அங்க பாரேன்.. அந்த பாட்டி இன்னும் நிக்குது..." என்றேன் நண்பனிடம் கண்ணைக் காட்டி.

"இது இன்னும் கிளம்பலையா??? அய்யயோ அங்க பாரு மூணு கரும்பு தூக்குது..." என்றான் அவன்.

அதற்குள் அந்த பாட்டி ஒரு ஆளாக மூன்று கரும்புகளை எடுத்து நிமிர்த்திவிட்டு அங்கே எதிரே வந்த ஒரு சின்ன பையனிடம் காண்பித்து உடைத்துத் தருமாறு கூறியது.

அந்த பையன் அதிகபட்சம் 12 ஆம் வகுப்பு படிக்கலாம், அதோடு கூட கரும்பின் அருகே அவனும் ஒரு கரும்பைப் போல தான் இருந்தான்.

"ரைட்டு... இன்னைக்கு அந்த பையன் சோலிய முடிக்காம போகாது இந்த பாட்டி...." என்று நாங்கள் பேசிக்கொண்டிருக்க, அந்த பாட்டி கரும்புகள் மூன்றையும் எடுத்துக்கொண்டு கரார் மேடமை சத்தமாக அழைத்தது.

"இந்தாம்மா... இங்க பாத்துக்கோ மூணு கார்டுக்கு மூணு கரும்பு எடுத்திருக்கேன்..." என்று கத்த, அந்த கரார் மேடமோ, 'நீ இன்னும் போகலையா?!' என்பது போல பாட்டியைப் பார்த்து வைத்தது.

எங்களுக்கோ, இந்த பாட்டி மறுபடியும் சண்டை வழித்து நேரத்தை வீணாக்கினால் இன்னும் தாமதம் ஆகுமே என்று கவலை. எங்களுக்கு முன்னே நின்றவர், "போறது தான் போகுது... அமைதியா போகுதான்னு பாரு... போற போக்குல ஜஃஜஃ ஜஃஜஃ னு சொல்லிட்டு போகுது... " என்று சொல்ல, இருவரும் வயிறு குலுங்க சிரித்துக் கொண்டிருந்தோம்.

அதன் பின்பே கவனித்தோம், அந்த பாட்டியின் பேரன் தான் போல அந்த பையன். அவனோடு கூட இன்னொரு பையன் (அநேகமாக கல்லூரி

படிக்கலாம்) நின்றிருக்க, பாட்டி இன்னும் அவர்களுடன் பேசிக்கொண்டு நின்றது.

"அங்க பாருடா... மூணு கார்டுக்கு ஒரு கார்டுல கூட சேலை வரலைனா கத்த தான செய்யும்.." என்று நண்பனுக்கு கண்ணைக் காட்ட,
"இந்த பாட்டி இடத்தை காலி பண்ணினா நல்லது..." என்றான் நண்பன்.
பாட்டி இன்னும் யாருக்கோ காத்திருக்க, ஒரு பெண் தோள் பையோடு வந்து அவர்களுடன் சேர்ந்துக்கொண்டார். புடவை கட்டியிருந்த நேர்த்தியை பார்க்-கும் போது ஆசிரியராக இருக்கலாம் என்று தோன்றியது.
"போவோம் பாட்டி.." என்று அந்த பெண் அழைக்க, "கரும்பு எடுக்கலையா நீ??" என்று அந்த பெண்ணிற்கும் திட்டியபடி அழைத்துச் சென்றது.
'இங்கயே இந்த பாடு படுத்துதே வீட்ல என்ன பாடு படுத்துமோ' என்று யோசித்தபடி கடைக்கு அருகே நகரும் போது மணி 6:06 என்று காட்டியது அலைபேசி.

எங்களுக்கு முன்னே நின்றவர்களில் சிலர் கால் வலி தாங்க முடியாமல் கடைக்கு அருகே இருந்த வீட்டு வாசல்களில் அமர்ந்திருக்க, அந்த கரார் மேடம் பொருட்கள் போடுபவரிடம் இன்னும் எத்தனை பேர் இருக்கிறார்கள் என்று பார்க்கச் சொன்னார்.

"யக்கா... இதெல்லாம் வேலைக்காகாது... நீ இதோட கிளோஸ் பண்ணு.. லைன் அங்க வரை நிக்குது... எட்டு மணி ஆகிடும் போல... நிக்காதீங்கனு சொன்னாலும் யாரும் கேட்க மாட்டேங்குறாங்க... " என்று புலம்பினார்.
"சரி பாரு.. கொஞ்சமா தான் கூட்டம் இருக்குற மாதிரி இருக்கு..." என்று அவர் சொல்லியது தான் தாமதம்,
"ஹக்ஹான் கொஞ்சமா நிக்கிறாங்க.... இங்க பாதி குரூப் கால் வலிக்கு-துன்னு தரைல உக்காந்துருக்கு... கிட்ட வந்ததும் எந்திரிச்சி நிக்கும்..." என்று சொல்ல, பெண்கள் எல்லோரும் அவர் சொன்ன விதத்தில் சத்தமாக சிரித்-துவிட்டனர்.

சரியாக 6:15 போல என்ட்ரி போடும் இடத்திற்கு நாங்கள் நெருங்க, pamplet கொடுத்த அண்ணாச்சி மறுபடியும் வந்து எங்களிடம் அதே pamplet நீட்டினார்.

"அப்போவே கொடுத்தீங்களே ண்ணே..." என்று நான் கேட்க,
"ஓ... அதே குரூப் தான் இன்னும் நிக்குதா..." என்று சிரித்தபடி அவர் வரி-சையில் பின்னே சென்று கொடுக்க ஆரம்பிக்க,
"பாவம் அவரே confuse ஆகிட்டாரு..." என்றார் எங்கள் பின்னே நின்ற அக்கா.

இரண்டு மணி நேரம் நின்றது கால் வலிக்க ஆரம்பித்துவிட்டது.
"எவனாச்சும் டீ வித்துட்டு வந்தா நல்லா ஓடும்..." என்று சலித்துக்-கொண்டே கார்டினை நீட்ட, எனக்கு முன் ஒரு சின்ன பையன் (12 ஆம் வகுப்பு படிக்கலாம்) கை ரேகை வைத்துக்கொண்டிருந்தான் ரொம்ப நேர-

மாய்.

"நீ தான் வருவியா எப்போவும்?? இதுக்கு முன்ன வந்துருக்கியாடா..கை ரேகை பதியவே இல்ல..." என்று அந்த கரார் மேடம் கேட்க,

"பெருவிரல் விழலைனா வேற விரல் வைப்பா..." என்றேன் நான்.

"எந்த விரல்?" என்று அவன் தடுமாற,

"ஆண்டவன் தான் பத்து விரல் கொடுத்துருக்கானே... எதுனாலும் வை..." என்று கரார் மேடம் சொல்ல, நானும் அந்த பையனின் விரலை ஸ்கேனரில் அழுத்தி வைக்க,

"எப்போவுமே எனக்கு இப்படி தான் பிரச்சனை ஆகுது..." என்றான் சிரித்த-படி.

வரிசையில் எங்கள் பின்னே நின்ற ஒரு அண்ணாச்சி, "போன் ரொம்ப யூஸ் பண்ணினா இப்படி தான் கை ரேகை எல்லாம் தேஞ்சு போகும்..." என்று சொல்ல,

'இதென்னடா புதுப் புரளியா இருக்கு... ' என்று திரும்பினேன் நான். நண்பன் சத்தமாக சிரித்தேவிட, பணத்தை வாங்கிவிட்டு பொருளை வாங்க, கரும்பு எல்லாம் மகா மட்டமாக இருந்தது.

'சரி என்னத்தயாவது எடுப்போம் இல்லனா வீட்ல பேச்சு வாங்க முடியாது ..' என்று இருவரும் வீட்டிற்கு கிளம்பும்போது மணி 6:35.

வீட்டிற்குள் கரும்பை தூக்கிக்கொண்டு நுழைந்தால், "பரவால்லயே... உனக்கு நல்ல கரும்பா கிடைச்சுருக்கே..." என்று அப்பா சொல்ல,

"எதே..." என்று கரும்பையும் அவரையும் மாறி மாறி பார்த்தேன்.

"எனக்கு இதைவிட மோசமா இருந்துச்சுடா... வெளிய பாரு..." என்றார்.

"தலை வலிக்குது... காபி குடிக்கணும்..." என்று சொல்லிவிட்டு எழுந்து-கொள்ள,

"இந்தாங்க காபி... காசு எங்க..." என்று கேட்டபடி வந்து பையை எடுத்து-வைத்தார் வீட்டு அம்மணி.

"கால் கடுக்க ரெண்டு மணி நேரம் நின்னு வாங்குனது நானு.." என்றேன் முறைத்தபடி.

"இவ்ளோ நேரம் கடைக்கு போகணும், அப்பா எப்போ வருவார்னு என்னை படுத்தி எடுத்தானுக ரெண்டு பேரும்... அடி வாங்குனது நானு...அதனால காசு எனக்குத்தான்"னு வாங்கிட்டு போக, வாண்டு இரண்டும் வந்தது.

"ப்பா... பொங்கல் செலிபாரேஷன் எங்களுக்கு நாளைக்கு...நாங்க traditional dress தான் போடணும்..." என்று கோரஸ் பாட,

"சரி கிளம்புங்க..." என்று நண்பனுக்கு அழைத்தேன்.

"இங்கயும் அதே பாட்டு தான்டா... ராம்ராஜ் போயிடுவோம்... வேஷ்டி சட்டை தான்.." என்று வைத்தான்.

கடைக்குள் நுழைந்து இரண்டு வீட்டு வாண்டுகளுக்கும் உடை வாங்கி-விட்டு பில் கட்டச் செல்ல,

"இந்தாங்க.." என்று பகுமானமாய் வருகிறது பொங்கல் பரிசுத் தொகை. "அடேங்கப்பா..வேண்டாம் வேண்டாம் நீயே வச்சுக்க..." என்று கார்டு வைத்து பணத்தை கட்டிவிட்டு வெளியே வர,

"ம்மா... நம்ம வெளியே சாப்பிடுவோமா??" என்றது சின்ன வாண்டு.

"அடேய் பாப்பா... I am not ready da..." என்று நான் பார்த்துவைக்க,

"தம்பிக்கு டிரஸ் எடுத்தீங்க... பாப்பாக்கு எடுக்கலையே.. " என்றார் அம்-மணி.

"அதுக்கு??!!" என்று நான் பார்க்க

"அவளுக்கு சாப்பாடு வாங்கி கொடுங்க...." என்று நாங்கள் சென்று சேர்ந்த இடம் ரெட்ரோ ஷங்கர்.

பர்சை பழுக்க காய்ச்சி எடுத்துவிட்டு வீடு வந்து படுக்கையில் விழுந்த-போது மணி 10:10.

படுக்கையில் விழுந்தபோதும் அந்த பாட்டி மனக்கண்ணில் இருந்து அகலவே இல்லை. என் சேலை என் உரிமை என்ற அந்த பாட்டி, கூட்டம் குறைய வேண்டும் என்று வரிசையில் இருந்து வந்து எடைப்போட்டு உதவி செய்த அந்த அண்ணன், இரண்டு முறை pamplet கொடுத்த அண்ணாச்சி, நாள் முழுக்க நின்றாலும் முகத்தை சுழிக்காமல் மக்களை கவனித்து சரியாக எல்லாம் நடக்கிறதா என்று சரிபார்த்துக் கொண்டே இருந்த காவலர், தள்ளு தள்ளு தள்ளு என்று சும்மா சுற்றிக் கொண்டே இருந்த ரேஷன் கடை நபர், மொபைல் யூஸ் பண்ணா கை ரேகை தேயும்னு சொன்ன ஆசாமி என்று எல்லோரையும் மறக்காமல் இருக்க இந்த குறிப்பேட்டு நினைவூட்டி.

இவன்

கார்த்தி செளந்தர்

ஆட்டோக்கார அண்ணா

பைக் இல்லை என்பதால் கடந்த வியாழனன்று ஆட்டோவில் தான் அலு-
வலகம் செல்ல வேண்டியிருந்தது. ஹெல்மெட் இல்லாத காரணத்தால் ராப்-
பீடோ பைக்கிற்கு தடா போட்டு ஆட்டோ பதிவு செய்தேன்.

ஆலந்தூரில் இறங்கும் முன்னமே ஆட்டோவிற்கு பதிவு செய்ய ஆரம்-
பித்திருக்க அன்றைக்கு பேருந்து ஓட்டுநர்கள் எல்லாம் வேலைநிறுத்தம் என்-
பதாலோ என்னவோ வெகு நேரம் ஆட்டோ கிடைக்கவில்லை.

சலிப்புடன் ஸ்டேஷனுள்ளே இருந்த தேநீர்க் கடையில் தேநீர் வாங்கி,
சர்க்கரை சேர்த்து அங்கிருந்த மரக்குச்சியால் கரைத்துக் கொண்டிருக்க,
ஆட்டோக்கார அண்ணா அழைத்துவிட்டார்.

"வந்துட்டேங்க..." என்று சொல்ல, அவசரமாக கையில் சுடச்சுட தேநீ-
ருடன் இறங்கி நடக்க, வாசலிலேயே காத்துக்கொண்டிருந்தார்.
"சாரிண்ணா... ஆட்டோ கிடைக்கவே இல்லைனு டி வாங்குனேன்...அதுக்-
குள்ள நீங்க வந்துட்டிங்க..." என்று புன்னகைக்க,
"ஒன்னும் பிரச்சனை இல்ல ப்ரோ... குடிச்சு முடிங்க..." என்று சற்று தள்ளி
ஓரமாக நிறுத்திக்கொண்டார்.

தேநீர் கொதிக்கக் கொதிக்க இருந்தது என்பதால் நிச்சயம் அபிஷேகம்
செய்துவிடுவேன் என்று யோசித்து கால்வாசி காலியானதும்,
"போலாம்ண்ணா... உங்களுக்கும் லேட்டாகுது..." என்று சொன்னாலும்
எனக்காக, நான் அந்த தேநீரை குடித்துமுடிக்கும் வரை மிதமான வேகத்தி-
லேயே சென்றார்.

அதன் பின்பே வேகத்தை அவர் அதிகரிக்க, என்னை கண்ணாடியில்
கவனித்திருக்கிறார் என்று யோசித்து புன்னகைத்துக் கொண்டேன்.

நாங்கள் இருவரும் பேருந்து ஓட்டுநர்கள் வேலைநிறுத்தம் குறித்தும்,
இன்னும் புதிதாக வந்திருக்கும் கிளாம்பாக்கம் பேருந்து நிலையத்தைக் குறித்-
தும், IT வாழ்க்கை குறித்தும் பேசிக்கொண்டு வந்தோம்.

பயணம் ஆரம்பித்த போது கையில் வைத்திருந்த காகிதக் கோப்பை,
தேநீர் தீர்ந்த பின்னும் கையில் அப்படியே இருக்க பேச்சு தொடர்ந்து
கொண்டே இருந்தது.

ஆட்டோ ஓட்டுவதற்கு முன் அவரும் பேருந்து ஓட்டுநராக இருந்தார்
என்றெல்லாம் என்னுடன் தனது காரியங்களைக் குறித்து பேசிக்கொண்டே
வந்தவர், ஒரு மணி நேரம் கழித்து போக்குவரத்து நெரிசலில் முன்னே
பின்னே என்று வாகனங்களுக்குள் முன்னேறிச் சென்ற போது ஒரு இடத்தில்
குப்பைத் தொட்டியின் அருகிலேயே மிதமான வேகத்தில் செல்ல, கையில்
இருந்த காலி கோப்பையை குப்பைத்தொட்டியில் போட்டபடி பேச்சினை
தொடர்ந்தேன்.

என் கையில் காலி கோப்பை இருக்கிறது என்றும் நான் சொல்ல-வில்லை, வண்டியின் வேகத்தை குப்பைதொட்டி அருகே குறைக்கிறேன் என்று அவரும் சொல்லவில்லை.

பேச்சுவாக்கில் ஒரு பிடித்தம், அந்த பிடித்தத்தில் ஒரு புரிந்துணர்வு, அந்த புரிதலில் அடுத்தவருக்கான கரிசனை என்று நீண்டுகொண்டே சென்-றது.

எங்கள் பேச்சுக்கள் வெவ்வேறு தலைப்புகளில் இருந்தாலும் உடல்மொ-ழியில் அடுத்தவருக்கான கரிசனம் இருந்தது.

"நீங்க பேசிட்டே வரீங்க ப்ரோ... எனக்கு ஒன்னும் தெரியல... சிலரெல்-லாம் ஏறி உட்கார்ந்தா otp சொல்றதோட சரி.. அதுக்கு மேல எதுவுமே பேசமாட்டாங்க... அப்படியே பேசினாலும் நமக்கு பேச்சை வளர்க்கணும்னு தோணாது..." என்றார் சிரித்துக்கொண்டே.
"ஏன் அப்படி??" என்று மெலிதாக சிரித்துக்கொண்டே கேட்க,
"எப்படி ப்ரோ பேசத்தோணும்?? நீங்க வந்து ஏறுனீங்க... ஏறும்போதே அண்-ணேன்னு கூப்பிடிங்க... நானும் ப்ரோனு கூப்பிட்டேன்... ஆனா நிறைய பேருக்கு அந்த மாதிரி பேசவே தோணாதே... ஒரு சிலர் இவன் நம்மள ஏமாத்துவானோனு கவனமா பேசுவாங்க... ஒரு சிலர் நீ ஆட்டோக்காரன் தானன்னு நக்கலா பார்ப்பாங்க... ஒரு சிலருக்கு ஆட்டோல கடத்திட்டு போயிருவோமோனு பயத்துலயே ரூட் மாத்தி போனாக் கூட சந்தேகப்-டுவாங்க...அப்புறம் எங்கயிருந்து பேசுறது... இதெல்லாத்துக்கும் மேல ஒரு குரூப் இருக்கு ப்ரோ... ஏறி உட்கார்ந்ததும் காதுல மாட்டிகிட்டு அந்த போன் தான் கதினு உலகத்தை மறந்துட்டு உட்காந்துருப்பாங்க..." என்று அவர் மனதின் குமுறல்கள் எல்லாம் கொட்டிக் கொண்டிருந்தார்.

புன்னகையுடன் கேட்டு முடித்துவிட்டு, நான் இறங்கும் இடத்தில் இறங்-கும்போது அவருக்கு gpay மூலம் பணம் செலுத்தினேன். அவர் பெயர் வெங்கட் என்று குறித்துக்கொண்டேன்.

என்னிடம் புலம்பியதற்காக அல்ல, என்னிடம் அவர் ஏற்படுத்திக் கொண்ட ஒரு connect எனக்கு பிடித்தது என்பதால் அவர் முகத்தையும் அவர் பெயரையும் மனதில் குறித்துக்கொண்டேன்.

Project Management Skills என்று எங்களுக்கு கற்றுக்கொடுக்கும் போது connecting and networking with people என்ற ஒன்றை அதிகமாக கவனத்தில் கொள்ளச் சொல்லுவார்கள்.

அதாவது வேலை செய்யத் தெரிந்தால் மட்டுமே போதாது, அதோடு கூட பிறரிடம் தொடர்பு ஏற்படுத்திக்கொள்ள வேண்டும், அதோட கூட அந்த தொடர்பில் நமக்கான இணைப்பு பாலங்களை உருவாக்க வேண்டும் என்று கற்றுக்கொடுப்பார்கள்.

எளிதாக புரியவேண்டுமென்றால் contacts என்பது இருந்து கொண்டே இருக்க வேண்டும்.நடிகர் கார்த்தி சகுனி படத்தில் contacts என்று சொல்லி

சிரிப்பாரே..கிட்டத்தட்ட அந்த உதாரணம் இங்கே பொருந்தும். அப்போது தான் ஒரு குழுவாக செயல்படும் போது வெற்றியடைய முடியும்.

ஆனால் அந்த அண்ணா சொன்னவற்றை எல்லாம் கேட்டு உணர்ந்த போது, நாம் அந்த தொடர்புகளை ஏற்படுத்தத் தெரியாமல் தவிக்கிறோம் என்றே தெரிகிறது.

முன் பின் தெரியாத ஒரு புது நபரை நம்மில் நிறைய பேருக்கு அணுகவே தெரியவில்லை என்பது சர்வ நிச்சயம்.

அண்ணா என்ற எனது ஒரே ஒரு அழைப்பில் அந்த அண்ணா என்னிடம் தொடர்பு ஏற்படுத்திக் கொண்டார்.

அவர் எனக்காக யோசித்து செய்தவை எல்லாம் என்னை அவரிடம் இன்னும் பேச வைத்தது.

பெரிய பேச்சுக்கள் அல்ல, சில நேரங்களில் இப்படியான சிறு கரிசனைகள் மூலம் ஏற்படும் தொடர்பு நமக்கு வாழ்வில் மிகப்பெரிய உற்சாகம் கொடுக்கும். நம்மையும் அப்படியாக மாற்றும்.

Start networking with people.
Networking is not about being fake or manipulative; it is about being yourself and finding people who resonate with you

இவண்
கார்த்தி சௌந்தர்

மருதாணி

இன்னும் பள்ளிகள் எல்லாம் விடுமுறையில் இருப்பதால் இன்றைக்கு போக்-குவரத்துக்கு நெரிசல் அதிகமாக இல்லை.

சீக்கிரமே அலுவலகம் நுழைந்து எனது கட்டிடம் நோக்கி நடந்துகொண்-டிருக்க, எனக்கு முன்னே பத்தடி தூரத்தில் ஒரு பெண் அலைபேசியில் யாரி-டமோ பேசிக்கொண்டே அன்னநடை நடந்துகொண்டிருந்தார்.

நான் அவரைக் கடக்கும் போது தொலைபேசியில், "மருதாணி செம்-மையா சிவந்துருக்கு தெரியுமா?" என்று சொல்லிக் கொண்டிருந்தார். வலது கரத்தில் தொலைபேசியை பிடித்துக்கொண்டே இடது கரத்தைப் பார்த்தபடி புன்னகையுடன் பேசிக்கொண்டிருந்தார். ஒரு நொடி அவரது கரத்தை நானும் பார்த்துவிட்டு முன்னேறி நடந்துவந்தேன். அவரது கரத்தை பார்த்தபோது தான் இன்னொரு காட்சி கண்ணின் முன்னே விரிந்தது.

சனிக்கிழமை வாண்டுகள் இரண்டிற்கும் பள்ளியில் பொங்கல் கொண்-டாட்டங்கள் என்பதால் பாரம்பரிய உடைகள் அணிந்து சென்றனர். மருதாணி கோன் வைக்க நேரமில்லாததால் மதியம் வீட்டிற்கு திரும்பியபின் எனக்கு மருதாணி வைத்துவிடு என்று அவள் அன்னையிடம் அலப்பறையை கூட்-டிக்கொண்டிருந்தாள் மகள்.

"அப்பாவிடம் கேட்டுட்டு வா..." என்று மடலையை என் பக்கமாய் திருப்-பிவிட,

"சரி.." என்று சொல்லிவிட்டேன்.

"அப்டினா நானும் வைப்பேன்... ப்பா எனக்கும் ஓகே சொல்லுங்க..." என்று மகன் வந்தான்.

"தம்பி கேர்ள்ஸ் தான் மருதாணி வைப்பாங்க...நமக்கு வேண்டாமே...அது வேற கையெல்லாம் கிறுக்கி வச்சு நீட்டாவே இருக்காது..." என்றேன்.

"ப்பா...நான் பாப்பா மாதிரி வரையல..iron man னு எழுதப் போறேன்..." என்று அடம்பிடிக்க,

"சரி ஓகே...ஆனா எனக்கு பிடிக்கல..." என்றேன்.

சற்று நேரம் கழித்து வாண்டுகள் இருவரும் இடதுகையை ஒலிம்பிக் டார்ச் போல தூக்கிக்கொண்டு வந்தனர் தங்கள் மருதாணியை காண்பிக்க. சின்னவள் தானே வரைகிறேன் என்று கொஞ்சமும், தன் அன்னையின் கைவண்ணத்தில் கொஞ்சமும் வரைந்திருந்தாள். பெரியவன் சொன்னது போலவே iron man என்று ஆங்கிலத்தில் எழுதிக்கொண்டு வந்து காண்-பித்தான்.

"நானும் வைக்கப்போறேன்..." என்று அவர்கள் பின்னேயே வந்து நின்-றார் அம்மணி கையில் மருதாணிக் கோனோடு.

ஒரு பார்வை பார்த்தேன், 'எதுக்கு?' என்பது போல. "வைச்சுக்கட்-டுமா??" என்று கேட்ட குரலில், 'கண்டிப்பா வைச்சுக்க தான் போறேன்...' என்ற செய்தியே இருக்க, ஒரு பெருமூச்சுடன் "உன் இஷ்டம்.." என்று சொல்லிவிட்டு படுத்துவிட்டேன். காரணம் மருதாணி வைக்க அவருக்கு மிக-மிகப் பிடிக்கும் ஆனால் எனக்கு அறவே பிடிக்காது. எங்கள் திருமண நிச்-சயத்தின் போது, அம்மணி தான் வைத்திருந்த மருதாணியை ஆசையாக காண்பிக்க, எனது முகம் போன போக்கில், அவர் அன்றிலிருந்து மருதாணி வைக்கவே இல்லை இன்று வரை. ஆம், எங்கள் திருமணத்திற்கும் வெறு-மனே நகப்பூச்சு மட்டுமே வைத்துக்கொண்டார்.

"மருதாணி பிடிக்காத மனுஷன்னு தெரிஞ்சுருந்தா உன்ன கல்யாணமே கட்டிருக்க மாட்டேன்..." என்று அவ்வப்போது ஆசைகள் எழும்போது எல்-லாம் எனக்கு வசவுகள் விழும்.

ஆனால், இத்தனை வருடங்கள் கழித்து இன்றைக்கு வந்து கேட்க, ஒன்-றும் சொல்லத் தோணவில்லை. அம்மணி கையில் வரைய ஆரம்பிக்க, மரு-தாணி வாசனை தான் அறைக்குள் எங்கும் அப்பியது போல இருந்தது. ஒன்றும் சொல்லாமல் நன்றாக தூங்கிவிட்டேன்.

மாலையில் தூங்கி எழுந்தபோது மூவரும் சேர்ந்து வந்து எவர் கை நன்றாக சிவந்திருக்கிறது என்று கேட்டு வைக்க, பிடிக்கவேயில்லை என்று உண்மையை சொன்னால் வாண்டுகள் அடிக்கும் என்பதால் வாண்டுகள் கை தான் நன்றாக இருக்கிறது என்று சொல்லிவைத்தேன்.

ஞாயிற்று கிழமை காலையில் எழுந்தபோதே கையில் வைத்திருந்த மரு-தாணியின் வாசனையை முகர்ந்து பார்த்தபடி, "இன்னும் ரெட் ஆகிடுச்சு..." என்று தன் அன்னையிடம் காட்டிக்கொண்டிருந்தனர் இருவரும். சனிக்கி-ழமை சிவந்திருந்த கைகள் ஞாயிற்றுக்கிழமை அரக்கு நிறத்திற்கு மாறியி-ருந்தன.

காலையிலே கோவிலுக்கு கிளம்பிச் சென்றிருக்க, வீட்டிற்கு திரும்பும் நேரம் அம்மாவும் அம்மணியும் பொறுமையாக பேசிக்கொண்டே நடக்க, நான் வாண்டுகளுடன் முன்னே சென்றுவிட்டேன் வாகனத்தை எடுப்பதற்கு. படி-யில் அம்மா இறங்கும்போது கைப்பிடித்து இறக்க, அம்மணி கையில் இருந்த மருதாணியை அம்மா பார்த்துவிட்டு,

"ஹேய் நீயும் மருதாணி வச்சியா??" என்று ஆர்வமாக கேட்டார். "அதிசயமா உங்க மகனும் ஒன்னும் சொல்லல..." என்று சொல்லிவிட்டு என்னைப் பார்த்தார். கார் கதவினை திறந்தபடி இருவரையும் திரும்பிப்-பார்க்க,

"நல்லாருக்கே...நல்லா பிடிச்சுருக்கு..." என்றார் கைப்பையை அம்மணியிடம் கொடுத்தபடி. அம்மணி என்னைப் பார்த்து புருவங்களை வேகவேகமாய்(ஒரு மூன்று நான்கு முறை இருக்கலாம், நினைவில் இல்லை) உயர்த்திக்காண்-பித்து, "எப்படி??" என்பது போல பார்த்துவைக்க, தலையை இடவலாக

ஆட்டி மெலிதாக சிரித்துக்கொண்டேன்.

பொங்கல் விடுமுறையோடு கூட மகளின் அலப்பறை, அதோடு கூட வீட்டில் வேலை குறைவு, அதோடு கூட அலுவகத்திலும் எந்த நொச்சும் இல்லை, அதோடு கூட மதிய நேரத்து ஓய்வு, அதோடு கூட பிள்ளைக-ளுக்கு வைத்துவிட்டு மீதம் (வீணாக) இருந்த மருதாணி கோன், அதோடு கூட மாத சுழற்சியின் மூட் ஸ்விங்ஸ் என்று எல்லாமே சேர்ந்து இத்தனை வருடங்கள் கழித்து அம்மணிக்கு இன்று தான் அமைந்தது போல. குழந்-தைத்தனங்கள் மருதாணி மூலம் எட்டிப்பார்த்துச் சென்றது.

இவண்
கார்த்தி செளந்தர்

அத்திமரம்

இன்றைய அலுவலக தேநீர் இடைவேளை உரையாடல்...

"என்னடா பசங்களா... வெள்ளிக்கிழமையும் அதுவுமா சீரியஸா வேலை பாக்குறீங்க... கிளம்புங்க பிரேக் போகலாம்..." என்று அழைத்துக்கொண்டு கிளம்பினேன்.

தேநீர் கோப்பைகளை வாங்கிக்கொண்டு வட்டமேஜையில் வந்து நின்றவுடன், முழங்கைவூன்றி நின்றபடியே சுற்றத்தை ஒரு ரசனைப் பார்வை பார்த்தேன்.

காலை நேரத்து குளிர்க் காற்றுடன், வளாகத்தின் உள்ளே கட்டிடங்கள் நடுவே செடிகொடிகள், அவற்றிலுள்ள பூக்களை சுற்றும் சிறு பட்டாம்பூச்சிகள், மரங்கள் அதில் கேட்கும் பறவைகளின் சத்தங்கள் என்று கண்ணிற்கு குளிர்ச்சியாகத் தான் இருந்தது. சென்னையில் இப்படியான காட்சிகள் எல்லாம் ஓரிரு மாதம் வரை தான். அதன் பின்பு குளிர்சாதன பெட்டிக்குள் அடைவது போல இருக்கையை விட்டு சுலபத்தில் எழுந்து வெளியே வெயிலுக்குள் செல்லமாட்டோம்.

நான் ரசித்துகொண்டிருக்க, பக்கத்தில் நண்பன் ஜூனியர் பையனை ரிப்போர்ட் அனுப்பிவிட்டாயா என்று கேட்டுக்கொண்டிருந்தான்.

"மறந்துட்டேன்ஜி...இப்போ போனதும் அனுப்புறேன்..." என்று அவன் சொல்ல,

"ஏன்டா... பண்றது ஒரு வேலை... அதையும் நான் தினமும் உன்கிட்ட கேட்கணுமா... என்னடா..." என்றான் அதிருப்தியான குரலில்.

சின்னவன் முகம் சுருங்கிவிட்டது. வயது ஒரு காரணம், பழக்கம் இல்லை என்பது ஒரு காரணம், அனுபவம் இல்லை என்பது ஒரு காரணம். எல்லாவற்றிக்கும் மேலாக புரிதல் இல்லை என்பது ஒரு காரணம்.

"டேய் விட்றா... கத்துப்பான்...பிரேக் வந்துமாடா நீங்க உழைப்பீங்க..." என்று இருவரையும் திசைதிருப்பினேன்.

ஆனால், ஜூனியருக்கு கோபம், கொஞ்சம் அவமானம் வேறு, எல்லோரும் பார்க்க திட்டிவிட்டானே என்று. அவன் விடுவதாக இல்லை. தனது வாதத்தை நிலைநாட்ட வேண்டிய அவசியம் அவனுக்கு வந்துவிட்டது.

"எப்போவும் அனுப்புறது தானஜி... எல்லா நேரமும் ஒழுங்கா தான் அனுப்புறேன்... இன்னைக்கும் இப்போ போய் அனுப்பினா முடிஞ்சது... இது எப்போவும் செய்ற வேலை தான்... ஒரே வேலையை ஒரே மாதிரி செய்ய கடுப்பா இருக்கு... சும்மா உட்கார்ந்து மானிட்டர் பண்ணிட்டு query ரன் பண்றதயே எத்தனை தடவை பண்றது??? Monotonous(சலிப்பாக) ஆஹ் போகுது... ஸ்ட்ரெஸ் ஆகுது..." என்றான் சின்னவன்.

"ஆரம்பிச்சுட்டான்டா... ஸ்ட்ரெஸ்ஸ டிப்பிரஷன்னு..." என்று இன்னொரு

நண்பன் சிரிக்க

"டேய்...கொடுத்த வேலையை ஒழுங்கா செய்ய சொன்னா ஸ்ட்ரெஸ் வேற ஆகுதா உனக்கு..." என்றான் முதலாமவன்.

"ஐயைய... டேய்.. ஒரு டிய நிம்மதியா குடிக்க விடமாட்டிங்களாடா..." என்றேன் நான்.

நான் சொன்ன தோரணையில் மூவரும் சிரித்தாலும் சின்னவன் முகம் செயற்கையாக மட்டுமே புன்னகைத்தது. சரி இன்றைக்கு இவனிடம் பேசிவிடுவோம் என்று யோசித்தேன்.

"டேய் தம்பி... நீ என்னென்ன வேலை எல்லாம் பண்ற??" என்று கேட்டேன்.

அவன் காலையில் ஆரம்பித்து அவனது வேலைப்பட்டியலை என்னிடம் சொன்னான். அவன் சொன்ன விதம் எல்லாமே ஒரு பத்தாம் வகுப்பு படித்த பிள்ளை கூட இந்த வேலைகளை செய்துவிடும் என்பது போலத்தான் இருந்தது.

"ஹ்ம்ம் வேற??" என்றேன்.

"வேற என்ன ப்ரோ இருக்கு..." என்று சின்னவன் கேட்க,

"கார்த்தி இவன் திருந்தமாட்டான்..." என்றான் நண்பன். சின்னவன் அவனை முறைத்துவிட்டு யாரும் பார்த்துவிடக்கூடாது என்று அவசரமாக முகத்தை மாற்ற எனக்கு சிரிப்பு வந்தது.

"டேய் தம்பி... நீ ப்ராஜெக்ட் உள்ள வந்து எத்தனை நாள் ஆச்சு??" என்று கேட்டேன் சிரித்தபடி.

"ரெண்டு மாசம் ஆச்சு..." என்றான்.

"இந்த வேலை எல்லாம் எப்போ நீயா, யாரோட உதவியும் இல்லாம செய்ய ஆரம்பிச்ச???" என்று கேட்டேன்.

"ஒரு வாரம் அண்ணா வேலை செய்யும் போது பார்த்தேன்... அடுத்த ரெண்டு வாரம் அண்ணா என்னை செய்யச் சொல்லி பார்த்தாங்க... அப்புறம் இப்போ ரெண்டு வாரத்துக்கு மேல நான் தனியாவே எல்லாம் பண்றேன்..."

"ஓகே... இப்போ வரை எந்த சந்தேகமும் வரலையா??" என்று கேட்டேன்.

"இல்லையே... எல்லாமே perfect ஆஹ் தான் பண்றேன்...ஆனா இதுல கத்துகிறதுக்கு எனக்கு ஒண்ணுமே இல்ல.." என்று தோளை குலுக்கினான்.

"ஓஹோ... சரி ரிப்போர்ட் எல்லாம் ஒழுங்கா ரன் ஆச்சுன்னு தினமும் எல்லாருக்கும் மெயில் அனுப்புற சரி... ஒரு வேளை இன்னைக்கு ஏதாச்சும் error ஆச்சுன்னா என்ன பண்ணுவ???" என்று கேட்டேன்.

"Error ஆச்சுன்னு மெயில் போடுவேன்.." என்று அவன் யோசிக்காமல் பதில் சொல்ல,

"நான் சொல்லல... இவன் திருந்தமாட்டான்னு..." என்றான் நண்பன் அப்போதும்.

"டேய் விட்றா..." என்று நண்பனின் பேச்சினை தடை செய்துவிட்டு,

"ஒரு கத சொல்டா சார்... " என்று விக்ரம் வேதா பாணியில் கேட்க, சின்னவன் சிரித்தான்.

"சொல்லுங்க... " என்று அவன் பார்க்க,

"இப்போ கொஞ்ச நாள் முன்னாடி ஒரு விஷயம் தெரிஞ்சுக்கிட்டேன்... அதுல எனக்கு நிறைய பாடம் இருந்துச்சு... உனக்கு ஏதாச்சும் புரியுதான்னு பாரு.." என்று சமீபத்தில் படித்து தெரிந்துகொண்ட ஒரு விஷயத்தைப் பற்றி சொல்ல ஆரம்பித்தேன்.

"திராட்சை தோட்டக்காரன் ஒருத்தன், தோட்டத்து வாசல்ல இருந்த அத்தி-மரத்தை வெட்டிட்டு இருந்தானாம்...அந்த வழியா போனவன், ஏன் மரத்தை வெட்டுறன்னு கேட்டதுக்கு அத்திமரம் காய்க்கவே இல்ல...அதான் வெட்டு-றேன்னு சொன்னானாம்..இதுல உனக்கு ஏதாச்சும் புரியுதா" என்று கேட்-டேன்.

"பழம் இல்லைனா மரத்தை வெட்டிடுவாங்க...இப்போ என்ன சொல்ல வரீங்க???நாங்க சரியா வேலை பாக்கலைன்னா எங்களை ப்ராஜெக்ட்ல இருந்து வெளிய அனுப்பிடுவீங்கன்னு மிரட்டுறீங்களா??" என்று அவன் கேட்டதில் சிரிப்பு தான் வந்தது.

"எதுக்கு சிரிக்குறீங்க??" என்று கேட்டான் அவன் சொன்னதில் தப்பில்லை என்பது போல.

"எடுத்தவுடனே வெட்டுவோம் குத்துவோம்னு சொல்ற வார்த்தை தான் உனக்கு மண்டைக்குள்ள ஏறுமாடா??? திராட்சை தோட்டம்னு சொன்-னேன்...அந்த தோட்டத்துக்கு வெளிய வாசல்ல இருக்குற அத்திமரம்னு சொன்னேன்...அதெல்லாம் உனக்கு ஏறவே இல்லையா..." என்று நான் கேட்க அப்போதும் புரியாத பார்வையே பார்த்தான்.

"என்னடா முழிக்குற?? திராட்சை தோட்டம் வச்சுருக்கவன் திராட்சை பழம் இல்லைனா தான கவலைப்படணும்...தோட்டத்துக்கு வெளிய இருக்குற அத்-திமரம் காய்ச்சா என்ன காய்க்கலைனா என்ன??அந்த மரம் என்ன தோட்-டத்துக்கு நடுவுல தொந்தரவா இருக்குதா என்ன??அது பாட்டுக்கு சும்மா நிக்கட்டுமேன்னு விடாம ஏன் அதை வெட்டுறான்னு உனக்கு கேள்வி வரலையா???" என்று கேட்டேன்.

"ஆமால...இந்த ஆங்கிள்ல நான் யோசிக்கல ப்ரோ..." என்று யோசித்தான்.

"ஹ்ம்ம்...அதான் அவனுங்க திட்டுறானுக..." என்று நண்பர்களை காண்பித்து சொல்லிவிட்டு, "திராட்சை தோட்டம்னா நிறைய பறவைகள் வரும்...பழத்தை சாப்பிடுற பறவைகள் திராட்சை கொடிகள் எல்லாத்தையும் குலைச்சு போட்-டுரும்...பறவைகளை திசைதிருப்ப தான் அத்திமரம்....அத்திமரம் ஒழுங்கா பழம் பழுத்து வச்சிருந்தா பறவைகள் எல்லாமே அங்க போய்டும்...இப்போ ஏதாச்சும் புரியுதா??" என்று கேட்டேன்.

அவனுக்கு ஏதோ புரிவது போல இருந்தாலும் இன்னும் தெளிவு வராமல் தலையை எல்லா பக்கமும் ஆட்டினான்.

"இங்க பாருடா தம்பி...உனக்கு நீ பாக்குற வேலை ஒரு சாதாரண வேலை மாதிரி தெரியலாம்...இதெல்லாம் ஒரு வேலையா? இதை சின்ன குழந்தை கூட பண்ணிடும்...எனக்கு வேற பெரிய பொறுப்பு கொடுக்க மாட்-டேங்குறான்னு நீ யோசிக்கலாம்...ஆனா நீ உன்னோட வேலையை சரியா செய்றது தான் உன்னோட சீனியர் வேலை செய்றதுக்கு உதவி செய்யுது...நீ இந்த வேலைகளை எல்லாம் சரியா நடக்குதான்னு பார்க்குறதால, அவங்க மற்ற முக்கியமான வேலைகளை எல்லாம் பார்க்குறாங்க...ஒரு வேளை எதோ தப்பு நடந்துருச்சுனு நீ சொன்னாலும், உடனே அவங்க அதை சரி பண்ண முயற்சி பண்ணுவாங்க..." என்றேன்.

"அப்போ நான் எப்போ தான் அந்த இடத்துக்கு போறது...அவங்க பெரிய வேலை எல்லாம் பாக்குறாங்க...நான் இன்னும் அதே நிலைல இருக்கு-றேன்..." என்று கேட்டான்.

"உனக்கும் அந்த வாய்ப்பு வரும்...எப்போ தெரியுமா???நீ ஏன் இந்த வேலை பண்ணுறன்னு யோசிக்கும் போது....இந்த வேலையை நீ பண்ண-லைன்னா என்ன நடக்கும்னு நீ யோசிக்கும் போது...இந்த வேலை சரியா நடக்கல...அதுல ஏதோ பிரச்சனைன்னா அது எந்த மாதிரி பாதிப்பு ஏற்படுத்-தும்னு யோசிக்கும் போது உனக்கான வாய்ப்பு உன் கண்ணுக்கு தெரியும்..." என்று சொல்ல, அவன் யோசிக்க ஆரம்பித்தான்.

"இப்போவும் சொல்றேன்...உனக்கு வேலை எல்லாம் சொல்லிக்கொடுக்க மாட்டேன்...ஆனா எப்படி யோசிக்கணும்னு சொல்லிக் கொடுத்துருக்கேன்...நீ பண்ணுற வேலை ஒரு சாதாரணமான வேலைனு நீ நினைச்சுட்டு இருக்-குற...ஆனா நீ அனுப்புற ரிப்போர்ட் தான் நான் ஆபீஸ் வந்ததும் பார்க்குற முதல் ரிப்போர்ட்...அப்போ அந்த ரிப்போர்ட் எவ்ளோ முக்கியம்னு எனக்கு தெரியுது உனக்கு தெரியலைன்னு அர்த்தம்...நீ செய்ற வேலையை என்னா-லயும் செய்ய முடியும்...உனக்கும் எனக்கும் இருக்குற வித்தியாசம் என்ன தெரியுமா??? நான் செய்ற வேலைக்கான புரிதல் என்கிட்ட இருக்கு..உன்-கிட்ட இல்ல..அது புரிய ஆரம்பிக்கும்போது, நீயே எல்லாத்தையும் இழுத்-துப்போட்டு செய்வ... Responsibility is a matter of choice டா....உனக்கு விருப்பம்னா பண்ணலாம்...இல்லையா பண்ணவே வேண்-டாம்...ஏன்னா எல்லா வேலையும் செய்றதுக்கு இந்த உலகத்துல ஒருத்தர் இல்லைனா இன்னொருத்தர் இருந்துட்டே தான் இருப்பாங்க...அதுவும் இந்த IT உலகத்துல உன்ன ஈஸியா தூக்கி சாப்பிட்டுட்டு போயிட்டே இருப்-பாங்க...உனக்கான face value வேணும்னா நீ தான் யோசிக்கணும்...ஏன், எதுக்கு, எப்படி, இப்படி இல்லைனா என்னனு கேள்வி கேட்டுட்டே இருக்-கணும்...புரியுதா??" என்றேன்.

"புரியுது.." என்றவன் தலை அசையவில்லை என்றாலும் அவனது தன்னம்-பிக்கை கொஞ்சம் முகத்தில் மலர்ச்சி கொண்டுவந்திருந்தது.

இந்த பிரச்சனை அவனுக்கு மட்டுமல்ல, நம்மில் நிறைய பேருக்கு உண்டு. எனக்கு முக்கியத்துவம் இல்லை என்ற பெயரில் நாமும் சில நேரங்களில் இதே மாதிரியான சூழ்நிலைகளில் நின்றிருப்போம்.

தினசரி குடும்பங்களில் இது மாதிரி காட்சிகள் ஓடுவது உண்டு...எல்லாமே அப்பாவே தான் பண்ணனும், நான் பண்ணினா அவருக்கு நம்பிக்கையே வராது என்று சொல்லும் பிள்ளைகள் உண்டு. உங்க அம்மா என்னை கிட்சேன் உள்ள விடவே மாட்டாங்க...அவங்க சமைக்குறதுக்கு நான் எடுபிடி வேலை பார்த்தால் மட்டும் போதும் என்று சொல்லும் மருமகள்கள் உண்டு. அண்ணனுக்கே எல்லாம் கொடுக்குறீங்க, எனக்கு எதுவுமே கொடுக்குறது கிடையாது என்று சொல்லும் தம்பிகள் உண்டு.

எல்லாவற்றையுமே அத்திமரம் திராட்சை தோட்டத்தின் கண்ணோட்டத்தில் பார்க்கும்போது எனக்கு வேறு மாதிரியான புரிதல் வந்து நின்றது. நாம் செய்யும் சாதாரணமான அல்லது ப்ரயோஜனமில்லாத அல்லது முக்கியத்துவமில்லாத காரியம் எல்லாம் நாம் நினைப்பதற்கும் மேலாக ஒரு முக்கியத்துவம் பெற்றிருக்கும் என்பது நம்மில் சிலருக்கு புரியாமல் போகிறது. அந்த புரிதல் வந்தால், அந்த வேலையை அல்லது பொறுப்பை இன்னும் திறம்பட செய்து, அதனை எப்படி மேன்மைப் படுத்தலாம், அதோடு கூட அடுத்த பொறுப்புகளை எப்படி பெற்றுக்கொள்ளலாம் என்று யோசிக்க ஆரம்பித்துவிடுவோம்.

ஆம், யோசிக்க ஆரம்பிப்போம்!!!

இவண்

கார்த்தி சௌந்தர்

பாபர் மசூதி

இன்று, 2024 ஆம் ஆண்டு ஜனவரி மாதம் 22 ஆம் தேதி, ராமர் கோவில் திறப்பு விழா கொண்டாட்டத்தில் எனது பங்கு என்று எதுவும் இல்லை. ஏன் தெரியுமா???

2010 ஆம் ஆண்டு அயோத்தி தீர்ப்பு வந்தபோது சர்ச்சைக்குரிய அந்த இடம் மூன்று பாகங்களாய் பிரிக்கப்பட்டு கொடுக்கப்பட்டது. பாபர் மசூதி இடித்த ஆண்டில் நான் அதிகபட்சம் பள்ளிக்கு செல்ல ஆரம்பித்திருப்பேன். அத்தனை சிறிய வயது என்பதால் அந்த சம்பவத்தின் ஆழம் எதுவுமே தெரி-யாது.

ஆனால் 2010 ஆம் ஆண்டு தீர்ப்பு வந்தபோது, நான் வேலைக்கு சேர்ந்து இரண்டு வருடங்கள் கடந்திருந்தது. கிட்டத்தட்ட 23 வயதிருந்திருக்-கலாம். அன்றைக்கு அந்த தீர்ப்பு வந்தபோது, பதட்டமான சூழல் இருந்தது. எங்கேயும் வன்முறை வெடிக்கலாம் என்று முன்னேச்சரிக்கையாக நிறைய இடங்களில் காவல் போடப்பட்டிருந்தது. அப்போது பெங்களூரில் வேலை செய்துகொண்டிருந்தேன்.

அந்த நாட்களில் இந்த தீர்ப்பு என்னை பாதிக்கவே இல்லை. சொல்லப்-போனால் எந்தவிதமான எதிர்வினையும் என்னிடம் இல்லை என்பது தான் உண்மை. எங்களது அப்போதைய அலுவலக டீமில் வெவ்வேறு மதம் மற்-றும் மொழி பேசும் நபர்கள் இருந்தோம். அதில் ஒரு நண்பன் மட்டும் இஸ்-லாம் மதத்தை சேர்ந்தவன். மற்ற மதங்களில் ஒருவருக்கு மேல் இருந்தனர் ஆனால் அவன் மட்டும் தனியாக இருந்தான்.

இந்த வித்தியாசம் கூட அந்த தீர்ப்பு வரும்வரை நாங்கள் எவருமே உணராத ஒன்று. காரணம் அன்றைக்கும் அலுவலகம் வந்து எப்போதும் போல வேலையின் நடுவே நாங்கள் பேசிக்கொண்ட போது, அயோத்தி தீர்ப்பு பற்றியும் பேச்சு வந்தது. அந்த பேச்சிற்கான காரணம், ஆங்காங்கே கெடுபி-டிகள் இருந்ததாலும் பதட்டமான சூழ்நிலை இருந்ததாலும், அலுவலகத்திலி-ருந்து சீக்கிரம் கிளம்ப வேண்டும் என்பதாகத் தான் அந்த பேச்சு ஆரம்பித்-தது.

அந்த பேச்சினை ஆரம்பித்தபோது அவன் அமைதியாகிவிட்டான் என்-பதை நாங்கள் அப்போது உணரவில்லை. நாங்கள் அப்போதும் சர்ச்சைக்கு-ரிய காரியங்கள் பேசவில்லை, எவர் பக்கம் சரி எவர் பக்கம் தவறு என்றெல்-லாம் விவாதிக்கவில்லை, சொல்லப்போனால் அந்த வயதில் விவாதிக்கவும் தெரியாது. செய்திகள், தீர்ப்பு, அதோடு கூட நாட்டில் நிறைய இடங்களில் பாதுகாப்பு தீவிரம் என்பது வரை மட்டுமே பேசிக்கொண்டிருந்தோம்.

ஆனால் என் நண்பன் அமைதியாகிவிட்டான். அப்போது இருந்த அறி-வில், புரிதலில் அல்லது பக்குவத்தில் அவனிடம் ஒரு கேள்வி கேட்டேன்.

"மச்சி, எங்க மேல கோபமா இருக்கியாடா??" என்று கேட்டதற்கு,

"கோபப்படுறதுக்கு நீங்க என்னடா பண்ணினீங்க??" என்றவன் பதிலில் ஒரு சிறு மாற்றம். அந்த குரலில் அவனிடம் எப்போதும் தொனிக்கும் மலர்ச்சி இல்லை. அவன் தனது இடத்திற்கு சென்று அமர்ந்துவிட்டான். அவன் மட்டும் சென்றதை நாங்கள் திரும்பிப் பார்த்தபோது, அன்றைக்கு தான் முதன் முதலாக அவன் தனியாக தெரிந்தான் என்பதைவிட தனியாக இருந்தான் என்று புரிந்தது. அவனது வலி புரியாத இடத்தில் தான் நாங்கள் எல்லோருமே அன்றைக்கு இருந்தோம்.

அந்த வயதில், (இப்போவும் அத்தனை முதிர்ச்சி இருக்கிறதா என்றால், முயற்சி செய்கிறேன் என்ற பதில் தான் வரும்) அவன் பின்னே அவனோடு கூட என்னை போகச்சொல்லியது எங்கள் எல்லோரையும் பிணைத்துக்-கொண்ட நட்பு மட்டுமே. அந்த நட்பு தான் இன்று வரைக்கும் எங்களை பிணைத்து வைத்திருக்கிறது.

நான் வந்தது உணர்ந்தும், அவன் வேலையில் பிஸியாக இருப்பது போல காட்டிக்கொண்டு,

" என்னடா?" என்றான்.

"எங்ககூட எல்லாம் இனிமே பேசுவியாடா??" என்றேன் நான். ஆம், அவனது வாடிய முகம் என்னை அந்த கேள்வியை கேட்க வைத்தது.

அந்த கேள்விக்கு அவன் எந்த பதிலும் தராமல், என்னை ஒரு பார்வை பார்த்து புன்னகைத்தான். அந்த பார்வையில் வலி இருந்தது. அவனது பார்-வையில் கோபம் இல்லை, வருத்தம் மட்டுமே இருந்தது. உங்கள் நிலையில் நின்று நான் பார்க்கிறேன், எங்கள் நிலையில் நின்று நீ பார்க்கவில்லை என்-பதான வருத்தம் அது.

"விடுறா..." என்று சொன்னவன் அதன்பின் வேலை குறித்து பேசி, என்-னையும் திசை திருப்பிவிட்டதாக நினைத்துக்கொண்டான்.

நாங்கள் அன்றைய உரையாடலில் எதையும் கொண்டாடவில்லை என்-றாலும் ஒரு கூட்ட ஜனம் பட்ட கஷ்டத்தை பற்றி நாங்கள் கவலைப்படவும் இல்லை, அது பற்றிய சிந்தனையும் எங்களுக்கு இல்லை என்பது உண்மை. அல்லது அந்த வயதில் எங்களுக்கு அத்தனை முதிர்ச்சி இல்லை என்று சாக்கு சொல்லிக்கொள்ளலாம்.

நாங்கள் எவருமே அந்த கோர சம்பவத்திற்கு காரணம் இல்லை என்றா-லும் தெரிந்தோ தெரியாமலோ நான் அடி கொடுத்த இடத்தில் இருந்தேன், அவன் அடி வாங்கிய இடத்தில் இருந்தான். நாங்கள் இருவருமே நேரடியாக பாதிக்கப்படவில்லை என்றாலும் அவனை வருத்தும் ஒரு காரியம் என்னை எப்படி களியுறச் செய்யும் என்ற கேள்வி எனக்குள் வந்தது.

அவனது முகவாட்டம் அந்த பிரச்சனை குறித்து அதிகம் தேடவைத்தது. சில காரியங்களும் தெரிய நேரிட்ட பின், நான் என்னில் சில மாற்றங்களை செய்து கொண்டேன்.

அவற்றுள் சில..

1. எனது நம்பிக்கைகள் எப்போதும் அடுத்தவற்கு வெறிச்செயலாக தெரியக்-கூடாது.

2. மனிதர்களை துன்புறுத்தும் எந்த விதமான மத நம்பிக்கையும் எனக்கு வேண்டாம்.

3.பிற நம்பிக்கையில் இருப்பவனை நேசிக்க முடியாத அளவிற்கு எனது நம்-பிக்கைகள் எனக்கு தடையாக இருக்கக்கூடாது

4.அன்பின் வழியது உயர்நிலை

5.எனது கொண்டாட்டம் இன்னொருவனை பாதிக்கும் என்றால், எனக்கு அந்த கொண்டாட்டம் வேண்டாம்.

6. சக மனிதனுக்கு நடக்கும் கொடுமைகளை கேள்வி கேட்டு எதிர்த்து நிற்க முடியாவிட்டாலும், அதற்கான கண்டனத்தை நிச்சயம் நான் பதிவு செய்ய வேண்டும்.

இப்போவும் நீங்கள் கொண்டாடுங்கள்...ஆனால், பிறரை பார்க்க வைத்து நீ சாப்பிடாதே என்று எனக்கு கற்பித்துக் கொடுத்திருக்கிறார்கள்.

ஒருத்தன் தனக்குரியதை இழந்துட்டு நிற்கும்போது, என்னைப் பார், என் பெருமையைப் பார்னு சொல்றதுக்கு எனக்கு இஷ்டமில்லை. அது மரி-யாதையும் இல்லை. அயோத்தி விஷயத்தில் அந்த நிலைப்பாடு அறமும் இல்லை.

ஒரு பெருங்கூட்டம் துக்கத்தில் இருக்கும்போது, தனிமனிதனாக என்னால் அந்த ரத்தபலியின் நெருடல் கொஞ்சமும் இல்லாமல் வெறிகொண்டு கொண்டாட முடிகிறது என்றால், எனது மனநிலையை, என் பகுத்தறிவை, என் படிப்பறிவை நான் சோதித்துப் பார்க்கவேண்டும் என்ற அவசியம் எனக்-கிருக்கிறது. எனக்கு நானே சோதித்துப் பார்க்க, இந்த பதிவு.

To love God, you ought to love people first.
To love people, you ought to do something about it and not the opposite..

இவன்

கார்த்தி செளந்தர்

முக்கியக்குறிப்பு: அந்த இடத்தில் மசூதி கட்டப்படுவதற்கு முன்னமே கோவில் இருந்தது என்று வாதாடுபவர்கள் மாற்றுப் பாதையில் செல்லவும். மதம் பற்றிய ஆராய்ச்சிக்கு எனக்கு நேரமில்லை. மனிதம் மட்டுமே பேசிக்-கொண்டிருக்கிறேன்.

வசீகரிப்பு *Vs* குறிப்பெடுப்பு

பள்ளி நாட்களில், சரியாக சொல்லவேண்டுமென்றால் ஒன்பதாம் வகுப்பில் எனக்கு வரலாறு பாடம் எடுத்த ஆசிரியர் திருமதி ஜெயசீலி அவர்கள் கற்றுக்கொடுத்த பழக்கம் தான் வகுப்பில் பாடம் எடுக்கும்போது கூடவே குறிப்புகள் எடுக்கும் பழக்கம்.

அந்த பழக்கத்தை எந்த அளவிற்கு அவர் கட்டாயப்படுத்தினார் என்றால், அந்த குறிப்புகளில் இருந்தும் கேள்விகள் வரும். அதோடு அந்த குறிப்புகள் மட்டுமே படித்தால் பரீட்சைக்கு போதுமானதாக இருக்கும். அவரது வகுப்பை தவறவிட்டு புத்தகத்தை திருப்பிப் பார்த்தால் எதுவுமே சிந்தையில் நிற்காது.

அந்த பழக்கம் அப்படியே எல்லா பாடத்திற்கும் தொடர ஆரம்பித்தது. அட இந்த பழக்கம் படிப்பதற்கு எளிதாக இருக்கிறதே என்ற எண்ணத்தில் தொடங்கி, பின் கல்லூரியில், அதன் பின் இன்றைக்கும் அநேகமான காரியங்களில் குறிப்புகள் எழுதி சரி பார்க்கும் பழக்கம் உண்டு.

மேலோட்டமாக பார்த்தால் மளிகை பொருட்கள் வாங்க பட்டியல் எழுதுகிறேன் என்று சிலர் சிரிப்பார்கள். என்னென்ன பொருள் என்று நினைவில் வைத்துக்கொள்ள முடியாதா என்ற பேச்சுக்களும் உண்டு.

அதையே சற்றே ஆழமாக பார்த்தால், ஒன்றைப் பற்றி முற்றுமுடிய ஆராய்வதற்கு எழுத்துக் குறிப்புகள் அதிகமாக எனக்கு உதவும்.

ஒரு பேச்சாளர் பேசுவதோ அல்லது ஒரு எழுத்தை வாசிப்பதோ அல்லது ஒரு விஷயத்தைப் பற்றி தெரிந்துகொள்ள முயற்சிக்கும் போதோ குறிப்புகள் எடுத்து அந்த காரியத்தை செய்யும்போது இன்னும் ஆழமாக நம்மால் கற்றுக்கொள்ள முடியும்.

ஆங்கிலத்தில் சொல்லும்போது Compelling Speeches அல்லது Compelling Scripts என்ற சொல்வழக்கு உண்டு. அதாவது கவர்ச்சியான அல்லது நம்மை அசரடிக்கும் பேச்சு என்று சொல்வார்களே. அப்படியான பேச்சாளர்கள், எழுத்தாளர்கள் நமது சமகாலத்தில் நம்மோடு கூட பயணிக்கிறார்கள். அவர்களது பேச்சு அல்லது எழுத்து நம்மை அத்தனை வசீகரிக்கும். நேரம் காலம் இல்லாமல், நேரம் காலம் என்னவென்று கூட உணராமல் நம்மை அவர்கள் உலகத்திற்குள் அழைத்துச் செல்லும் வித்தை தெரிந்தவர்களாய் இருப்பார்கள்.

ஆனால், அந்த பேச்சு அல்லது சிந்தனை அல்லது எழுத்தின் தரத்தை வெறும் பார்வையாளனாக மட்டுமே, அல்லது வாசகனாக மட்டுமே நின்று பரிசோதிக்க முடியாது. மேலோட்டமாக பார்த்தால் நான் ரசிக்கக்கூடிய காரியங்கள் தான் இருந்திருக்கும்.

ஆனால், நான் கேட்டதை அல்லது வாசித்ததை குறிப்பெடுத்துப் பார்த்தால் மட்டுமே அதன் மொத்த சாராம்சத்தின் உள்ளே மறைந்திருக்கும் குறைபாடுகள் தெரியும்.

Fallacious Reasoning என்று ஆங்கிலத்தில் சொல்வதுண்டு. அதாவது, ஒன்று நடப்பதற்கு சம்பந்தமே இல்லாத இன்னொன்று தான் காரணம் என்று மாற்றி சொல்வதை தான் அப்படி சொல்வார்கள்.

சமீபத்தில் நான் பார்த்த சில படங்கள் மற்றும் வாசித்த சில எழுத்துக்களில் Fallacious Reasoning இருப்பதை உணர்ந்தபின் கொண்டாடப்படும் அந்த படைப்புகளை ரசிக்க கடினமாக இருக்கிறது. படத்தை பார்த்தபோது அத்தனை விறுவிறுப்பு, ஆனால் முடிவில் இந்த படம் எதற்கு என்ற நிலையில் தான் யோசனை. கடந்த வாரத்தில் நான் வாசித்து முடித்த சில எழுத்துக்களும் அப்படியே தான் யோசிக்க வைத்தது. Feel-good என்ற வார்த்தைக்குள் நிற்கும் எந்த படைப்பும் எனது இந்த சுயஅலசலுக்குள் சென்று தொக்கி நிற்கிறது.

என்னத்தையாவது எழுதி என்ற நிலையில் நில்லாமல், என்ன எழுதுகிறேன் என்ற யோசனை அவசியமாகிறது.

என்னத்தையாவது காட்சிப்படுத்துகிறேன் என்ற நிலையில் நில்லாமல், என்ன காட்சி, எதற்கு இந்த காட்சி என்ற யோசனை அவசியமாகிறது.

என்ன சொல்ல முயற்சிக்கிறேன் என்ற கேள்விக்கு பதில் சரியாக கிடைத்திருக்கிறதா என்று யோசிக்க வைக்கிறது.

A compelling writing requires a clear thinking. Penning down the key points will expose flaws.

ஆம், இன்னும் கொஞ்சம் யோசித்து எழுத முயற்சி செய்ய வேண்டும்.

இவண்

கார்த்தி சௌந்தர்

பூமியிலே தேவதைகள்

நேற்றைய இனிப்பு என்று சொல்லலாம்... தித்திப்பு என்று சொல்லலாம்... அல்லது அந்த முகம் இன்னும் கண்ணுக்குள்ளும் மனதிற்குள்ளும் பதிந்தி ருக்கிறது என்பதால் இப்பொழுதும் புன்னகைத்தபடியே எழுதுகிறேன் என்றும் சொல்லலாம்.

பூமியிலே தேவதைகள் ததாஸ்து வழங்குவார்கள் என்ற சொல்வழக்கு உண்டு என்றாலும் அனுபவிக்கும்போது தித்திப்பாய் தான் இருக்கிறது.

நேற்றைக்கு எனக்கு அலுவலகத்தில் முக்கியமான சந்திப்புகள் இருப்ப தால் வீடு திரும்ப தாமதமாகும் என்று முன்னமே சொல்லியிருக்க, வீட்டம் மாவிற்கும் நேற்று வெகுவாய் தாமதித்துவிட்டது.

சரி இதற்கு மேல் இரவில் தனித்தனியாக என்னத்தை வந்த சேர என்று யோசித்து வெகுநாட்களுக்குப் பின் சேர்ந்து வந்தோம்.

அண்ணா நகர் ஸ்டேஷனில் இறங்கும் போது இன்னுமே காலதாமதம் என்று வாண்டுகள் பற்றி யோசித்து சோர்ந்துவிட்டார்.

வண்டியை எடுப்பதற்கு நான் செல்ல, ஸ்டேஷன் வாசலில் நின்றவரை எவரோ தோளில் தட்ட, எட்டிப் பார்க்க திருநங்கை ஒருவர் நின்றிருந்தார். அவசரமாக வண்டியை எடுத்துக்கொண்டு
நான் வருவதற்குள் அவர் கடந்துவிட்டார்.

"என்னாச்சு... உன்ன தோள்ள தட்டின மாதிரி இருந்தது..." என்று முன்னே சற்று தள்ளி நடந்துகொண்டிருந்தவரையும் அம்மணியையும் மாறி மாறி பார்த்தபடி கேட்க,

"காசு கேட்டாங்க..." என்றார்.

"உன்னை ஏதோ தட்டின மாதிரி இருந்துச்சு... ஒண்ணும் இல்லையே..." என்று பார்க்க,

"அவங்க என்னைத் தொடல... லேப்டாப் bag ல தட்டி மேடம்னு தான் கூப்பிட்டாங்க.... உங்களுக்கு ஏன் இவ்ளோ பயம்... ஒரு பொண்ணை தப்பா தொட்டா எப்படி இருக்கும்னு உங்கள விட அவங்களுக்கு நல்லாவே தெரி யும்ப்பா..." என்றார்.

உண்மை தான் என்று புன்னகைத்தபடி வண்டியை எடுத்தேன்.

"நீ என்னவோ மாதிரி பேசிட்டு இருந்தியா... அதான் பயந்துட்டேன்..." என்றேன்.

"ஏன் மேடம் சோகமா நிக்கிறீங்கன்னு கேட்டாங்க... இல்ல ரொம்ப லேட்டா கிடுச்சு... பசங்க தேடிருப்பாங்கன்னு சொன்னேன்... பசங்க வயசு என்னனு விசாரிச்சுட்டு பார்த்துக்க யாருமில்லையானு கேட்டாங்க..." என்றார்.

ம்ம்ம் கொட்டிக்கொண்டே சாலையில் வண்டியை செலுத்தினேன்.

"மாமியார் மாமனார் இருக்குறாங்க... இருந்தாலும் கொஞ்சம் லேட்டானா பசங்க தேடுவாங்கன்னு சொன்னேன்..அதுக்கு அவங்க, 'ஒன்னும் யோசிக்-காதீங்க மேடம்... அதெல்லாம் மாமியார் நல்லா பார்த்துப்பாங்க... பசங்க சந்-தோசமா இருப்பாங்க...'ன்னு சொல்லிட்டு போறாங்க..." என்றவர்,
"நீங்க ஏன் பதறுனீங்க??" என்று சிரித்தார்.
"இல்ல ஒரு நிமிஷம் சுயநலமா யோசிச்சுட்டேன்... உன்ன யோசிச்-சேன்...ஆனா அவங்க இடத்துல இருந்து யோசிக்கல..." என்று அசடு வழிந்தேன்.

ஆம், தவறு என்றாலும் சுயம் சற்றே எட்டிப்பார்த்தது. இன்னும் கொஞ்-சம் பயிற்சி வேண்டும் என்று யோசித்துக்கொண்டேன்.

வண்டியை நிறுத்திவிட்டு வீட்டுற்குள் நுழைந்தபோது நாங்கள் கண்ட காட்சி, வாண்டுகள் இருவரையும் தூங்க வைக்கும் எண்ணத்தில் அப்பா கதை சொல்லிக்கொண்டிருக்க, வாண்டுகள் இரண்டும் அந்த கதையில் சந்-தேகம் கேட்டுக்கொண்டிருந்தது.

தேவதை ததாஸ்து வழங்கியபின் வீட்டில் இதைத்தவிர வேறு எப்படியான காட்சியை எதிர்பார்க்க??!!!
இவண்
கார்த்தி செளந்தர்

பெண் என்பவள்!!

வீட்டிற்குள் நுழைந்ததும் வாண்டுகளின் முன் referee யாக நின்றேன்.

இருவருக்கும் சைக்கிள் ஓட்டும் போது பஞ்சாயத்து ஆகி கைக்கலப்பில் முடிந்திருக்கிறது போல.

என்ன பிரச்சனை என்று விசாரிக்க ஆரம்பித்தேன்.

இருவரும் ஒன்று மாற்றி ஒன்று அடுத்தவர் மேலேயே குற்றம் சொல்ல, ஒரு கட்டத்தில் சின்ன வாண்டிற்கு வாதாட பாயிண்ட் இல்லாமல் போக,

"அன்னைக்குக்கூட..." என்று கடந்த காலத்திற்கு சென்றுவிட்டாள்.

பெரிய வாண்டு பாயிண்ட் தெரியாமல் திருதிருவென முழித்து நிற்க, மூச்-சுவிடாமல் வரிசை கட்டி அடிக்கிறது சின்ன வாண்டு.

பெரிய வாண்டிற்கு நினைவு வைத்து பேசத் தெரியவில்லை. காரணம் அவன் ஆயத்தமாகியிருந்தது இன்றைக்கான பஞ்சாயத்திற்கு மட்டுமே!!!

"என் இனமடா நீ..." என்று மகனை அணைத்துவிட்டு மகளைப் பார்த்-தேன்.

அவனின் அமைதியில் தான் ஜெயித்துவிட்டதாக கருதி தோளை குலுக்-கிக்கொண்டு சென்றுவிட்டாள்.

The so-called GENE for remembering the past in an argument is very well carried forward to this madam.
Now I am perplexed if I should call this bittersweet because I am equally sad and happy as a Parent!!

இவன்

கார்த்தி சௌந்தர்

வாழ்க்கைனா..

நேற்று வீடு திரும்பும் போது மணி ஒன்பது... அதன் பிறகும் ஸ்டேட்டஸ் கால் என்று அம்மணி; அலுவலக வேலை என்று நான்...

தூங்கச் செல்வதற்கு நள்ளிரவு ஆகிவிட்டது. என்ன வாழ்க்கைடா என்ற சலிப்புடன் தான் காலையில் எழுந்தேன்.

வாண்டு குளித்து முடித்து கிளம்பும் நேரம் வந்து கையை நீட்டியது.

"என்னடா..." என்று கேட்டால்,

"எண்ணெய் போட்டு விடுங்க.... நேத்து fruit கட் பண்ணும்போது தெரியாம கட் பண்ணிக்கிட்டேன்..." என்றான்.

"என்ன தம்பி இது??? நீ ஏன் அதெல்லாம் பண்ற??? இன்னும் கொஞ்சம் ஆழமா பட்டிருந்தா என்ன ஆகும்??" என்று கேட்டால், இந்த சின்ன வாண்டு வேகமாய் அவனை மறைத்துக்கொண்டு முன்னால் வந்து வேகமாய் தனது காலில் இருந்த காயத்தை காட்டியது. விளையாட்டின் நடுவே கிடைத்த வீரத்தழும்பு போல...

"என்னடா பாப்பா இதெல்லாம்??" என்று கேட்டால்

"Eazzy pizzy ப்பா... வாழ்க்கை னா சில அடிகள் விழ தான் செய்யும்... அதுவே சரியாகிடும்... நீங்க எண்ணெய் போடுங்க..." என்று இருவரும் தேங்காய் எண்ணெய் போட்டுக்கொண்டு பள்ளிக்கு கிளம்பிவிட்டார்கள்.

ஆம்!!!அடிகள் விழ தான் செய்யும்!! காயத்தை கட்டி, எண்ணெய் பூசிக்கொண்டு அதை அலட்டிக்கொள்ளாமல் முன்னேறி போய்க்கொண்டே இருக்க வேண்டும்!!!

வாழ்க்கையின் அதிமுக்கியமான பாடம் தான் என்றாலும் அவ்வப்போது எனக்கு நானே நினைவுபடுத்திக்கொள்ள அவசியமாகிப் போய்விடுகிறது.

நமது நிலைமை தான் அநேகருக்கும் நிலைமை!!

சொல்லப்போனால் நம்மை விட மோசமான நிலைமை!!

நம்மைப் போல் தான் அநேகரும் போராடுகிறார்கள்!!

சொல்லப்போனால் நம்மை விட அதிகம் போராடுகிறார்கள்!!

மனிதர்கள் இதுவரை காணாத பிரச்சனை ஒன்றை நமக்கே நமக்கு மட்-டும் என்று கொடுக்கப்படவில்லை!!

மனிதர்கள் இதுவரை இந்த உலகத்தில் சுமக்காத ஒன்றை நாம் சுமக்க-வில்லை!!

பிரச்சனைகளை காட்சிப்படுத்தி என்ன செய்ய???

பிரச்சனைகளின் மத்தியிலும் போராட்டங்களின் நடுவிலும் தொடர்ந்து நட என்று தட்டிக்கொடுக்க இந்த நினைவூட்டி!!!

எனக்குமட்டுமல்ல இதை வாசிக்கும் ஒவ்வொருத்தருக்கும் நினைவூட்டி!!

Lift yourself up!!
Hold your head high and walk!!
இவண்
கார்த்தி சௌந்தர்

இயல்பின் நிலை

நேற்றைய சம்பவம்...

பொதுவாக மளிகைப்பொருட்கள் வாங்கும்போது பிள்ளைகளை அழைத்துச்செல்வது பழக்கம் இல்லை என்றாலும் நேற்று வாண்டுகள் இரண்டும் ஐஸ்க்ரீம் கடைக்கு போக வேண்டும் என்று கேட்டதால், அவர்களையும் இழுத்துக்கொண்டு சென்றோம்.

மளிகைப்பொருட்கள் வாங்குவதற்கு ஏதுவாக வாண்டுகள் இரண்டும் டிராலியைத் தள்ளிக்கொண்டே அன்னையின் பின்னே சென்றது.

எப்போதும் பார்க்கும் வேலையிலிருந்து நான் விடுதலை வாங்கிக்கொண்டு தேவையான பொருட்களை நானும் சேர்ந்து எடுக்க ஆரம்பித்தேன்.

வாண்டுகள் இருவருக்குள்ளும் ஏதோ புரிதலில் ஒருவர் ட்ராலி தள்ள ஒருவர் அன்னையிடமிருந்து பொருளை வாங்கி வைக்க என்று மெதுவாக, மிக முக்கியமாக ஒழுக்கமாக நடந்துகொண்டனர் என்பது ஆச்சர்யம் தான்.

மெச்சுதல் பார்வையோடு வலம் வர, பெரியவன் ஒவ்வொன்றாக தன் அன்னையிடம் கேட்டுக்கேட்டு எடுத்து வைத்தான். சானிடரி நாப்கின் இருக்கும் இடம் வர, ஏற்கனவே வீட்டில் இருக்கிறது என்று சொல்லி நாங்கள் இருவரும் அடுத்த இடம் நகர்ந்தோம்.

பின்னே வந்த வாண்டு அங்கேயே நின்று, கையில் சானிடரி நாப்கின் கவர் ஒன்றை பிடித்துக்கொண்டு,

"ம்மா... இதை வைக்கட்டுமா??" என்று கேட்க அவன் அன்னை கவனிக்கவில்லை.

"அது வேண்டாப்பா..." என்று நான் அவனிடம் சொல்ல,

"இல்லப்பா... அம்மா இது தான் யூஸ் பண்ணுவாங்க..." என்று கவரை தூக்கிக்கொண்டு சென்றவன்,

"ம்மா... நீங்க உடம்பு சரியில்லனா யூஸ் பண்ணுவீங்களே... இது வைக்கட்டுமா..." என்று கேட்டான்.

"அம்மாகிட்ட இருக்குப்பா... தேங்க் யூ..." என்று அன்னை சொன்னதும்

"ஓகே ம்மா..." என்று எடுத்த இடத்தில் வைத்துவிட்டு அடுத்த பொருளுக்கு நகர்ந்து சென்றுவிட்டான்.

வாண்டின் நடவடிக்கை முகத்தில் புன்னகை அரும்பச் செய்திருந்தது எனக்கு. சுற்றி இருந்தவர்கள் பற்றி அவர்கள் இருவருக்கும் கவலை இல்லை என்பது போல் சுற்றி இருந்தவர்களும் அவர்கள் இருவரின் பேச்சையும் கண்டுகொள்ளவில்லை.

எல்லாம் வாங்கி முடித்தபின் விளையாட்டு பொருட்கள் வாங்க அழைத்துச்சென்றேன். அன்னையின் தேவையை உணர்ந்து ஞாபகம் வைத்து கேட்டதால் அல்ல, நேற்று இருவரும் ஒழுக்கமாக நடந்து கொண்டதால் (அதை

அவர்கள் உணராத வண்ணம்) அந்த வெகுமானம். ஒழுக்கம் என்பது வெகு-மானம் சார்ந்ததாக இருக்கக்கூடாது, மாறாக இயல்பில் இயற்கையாக வர வேண்டும் என்ற கருத்தினால் அவர்களுக்கு அப்படிப் பழக்கவில்லை.

ஆனால் இந்த காட்சியும் அதன் நீட்சியாக சம்பந்தமே இல்லாமல் (ஆம், அவனைப் பொறுத்தவரை சும்மா) அவனுக்கு கிடைத்த முத்தங்-களையும் நினைவூட்டியாக எழுதி வைக்கக் காரணம் இருக்கிறது.

இயல்பில் வரவேண்டிய பழக்கத்தை பெருமைப்படுத்தி காட்சிப்படுத்தவா எழுதுகிறாய் என்று கேட்டால் சர்வநிச்சயமாக இல்லை. உனக்கு வேணுமா என்று அவன் தாயிடம் கேட்டது பெருமையைத் தரவில்லை, திருப்தியை தந்தது. பெரும்பாலான நேரங்களில் நமது வளர்ப்பு எப்படி இருக்கிறது என்று இந்த மாதிரியான நுணுக்கமான சில விஷயங்களில் தெரிந்துவிடும்.

ஆம், அவனுக்கு ஏற்கனவே இரண்டு சகோதரிகள் இருக்கிறார்கள், அதோடு கூட அவன் வகுப்பில் பெண்களே அதிகம் என்பதால் அவனுக்கு சொல்லிக்கொடுக்கப் படுகிறது. பெரிதாக புரிதல் இல்லை என்றாலும் தற்-போதைய வாண்டுகளின் நிலைப்பாடு, "அம்மாக்கு உடம்பு சரி இல்லை... நம்மளே நம்ம வேலையை செய்யணும்.. நம்ம தான் அம்மாக்கு ஹெல்ப் பண்ணனும்... அம்மாக்கு நிறைய கோபம் வரும்... உடம்பு சரியில்லாதப்போ சின்ன தப்பு செஞ்சாலும் அம்மா கண்டிப்பா அடிப்பாங்க..." என்பது தான்.

திருமணமான புதிதில் எதுவும் தெரியாமல் என்று சொல்வதைக் காட்டி-லும் எதைக்குறித்தும் அக்கறை இல்லாத போக்கு எனக்கும் இருந்தது.

'அதே பிராண்ட் தானே.. சைஸ் தான வேற...', 'அதே சைஸ் தானாம்.. பிராண்ட் தான் வேற...', 'இது தான் இருக்காம்... இந்த தடவை அட்ஜஸ்ட் பண்ணிக்கோ..' என்பதான உரையாடல்கள் நடந்திருக்கிறது.

முறைப்பு, எரிச்சல், கோபம் எல்லாம் ஆரம்பத்தில் உணரவில்லை புரி-யவில்லை என்றாலும் போகப்போக புரிந்துகொள்ள முடிந்தது. அந்த புரி-தலை வாண்டுகளுக்கும் கடத்த வேண்டும் என்ற எண்ணம் ஆணித்தரமாக பதிந்துவிட்டது. அவர்களே காலப்போக்கில் கற்றுக்கொள்வார்கள், ஒரு வயது வந்தவுடன் அவர்களே தெரிந்துகொள்வார்கள் என்ற எண்ணப்போக்கு தவறு என்பது எனது பார்வை.

அவர்களே தெரிந்துகொள்ளும் பாடம் என்றால் சுற்றியுள்ள சமூகம் சொல்லிக்கொடுக்கும் பாடம் என்பதே அதன் அர்த்தம். சமூகத்தின் பாடம் நல்லவிதமாய் இருக்கும் என்ற உறுதி இல்லையே. அதனால் நாமே நல்ல-விதத்தில் சொல்லிக்கொடுப்பது நல்லது.

சீக்கிரமே சொல்லிக்கொடுத்துவிடுங்கள்!

அவர்களாக தெரிந்துகொள்ளுமுன் சொல்லிக்கொடுத்துவிடுங்கள்!

தப்பான விதத்தில் அர்த்தப்படுத்திக்கொள்ளுமுன் சொல்லிக்கொடுத்துவிடுங்கள்!

இவண்
கார்த்தி சௌந்தர்

அப்பா போன் ஐபோன்

வெள்ளிக்கிழமை இரவு உணவு மண்ணடியில் கழிந்தது.

ஷேக் கபாப்பை ருசித்து உண்ணும்போது தொந்தரவாக வந்த அழைப்பை எடுக்கிறேன் என்ற பெயரில் கீழே தவற விட்டுவிட்டேன்..

அம்மணி தான் இரவு உணவு வேண்டுமா என்று கேட்பதற்கு அழைத்திருக்க இங்கே சோலி முடிந்தது. வேண்டாம் என்று சொல்லிவிட்டு சட்டைப்-பையில் வைத்த போது தான் நண்பன் கவனித்துப் பார்த்து கேட்டான்.

Scratch card போயிருச்சு போல, அம்மணி பிறந்தநாள் பரிசாக கொரோனாவிற்கு முன் எப்போதோ வாங்கிக்கொடுத்தது என்ற நினைப்பில் எடுக்க, டிஸ்பிலே தனியாக வந்துவிட்டது.

'முடிஞ்சு...இனி இதையும் சேர்த்து சமாளிக்கணும் வீட்ல..' என்று வீடு வந்து காண்பித்தேன்.

"புது போன் வாங்கணும், காசு கொடுமா??" என்று போய் நின்றால், ஏறஇறங்க ஒரு பார்வை பார்த்துவிட்டு இரண்டு கார்டுகள் எடுத்து வைத்தார். "இது பத்தாது...நான் ஐபோன் வாங்கலாம்னு இருக்கேன்... " என்றேன். "அப்போ கிட்னி தான்...வித்துரு..." என்று சொல்லிவிட்டு படுக்கச் சென்று-விட்டார்.

சனிக்கிழமை காலையில் கணினியில் வேலை பார்த்துக்கொண்டிருந்-தபோது வந்து அருகில் நின்றவர், அலைபேசியை ஒரு முறை எடுத்து ஆராய்ச்சி செய்துவிட்டு,

"போன் வாங்கப் போகலயா???" என்று கேட்டார். "பெவிகுய்க் போட்ருக்கேன்... பாப்போம்..." என்று சொல்ல, எனது வங்கி கணக்கில் குறிப்பிட்ட தொகை வந்து விழுந்த செய்தி வந்தது. "EMI போடக்கூடாது... போய் புது போன் வாங்கிட்டு வாங்க... மாச மாசம் கரெக்டா காசு அனுப்பணும்..." என்று கராறாக சொல்லிவிட்டு சென்று-விட்டார்.

சரி என்று மனதே இல்லாமல் மதியத்திற்கு மேலாக கிளம்பி ஆப்பிள் ஸ்டோரில் சென்று நின்றேன். ஏன்டா வந்தோம் என்பது போல ஐபோனின் விலை உறுத்திக்கொண்டே இருந்தது என்றாலும் பல வருட ஆசையை நிறைவேற்றிக்கொள்வோம் என்று ஒரு மனதில் சபலம்.

"சரி நம்ம பொண்டாட்டி காசு நமக்கு தான்... " என்று ஒரு வழியாக முழுமனதோடு வாங்க ஆரம்பித்துவிட்டேன்.

அவனுக போனுக்கு சார்ஜர் கூட கொடுக்கமாட்டானுகன்னு இப்போ தான் தெரியும்... சரி அதுக்கும் தனியா கப்பம் கட்டி ஒரு வழியா எல்லாம் பார்த்து முடித்து, இரவு உணவையும் வெளியே முடித்துவிட்டு வீடு திரும்பும்-போது மணி பத்திற்கு மேல்.

பொதுவாக வாண்டுகள் எட்டு மணிக்கு மேல் விழித்திருக்கும் பழக்கம் இல்லை. அதிக பட்சம் விடுமுறை தினங்கள் என்றால் ஒன்பது மணிவரை அவர்கள் விளையாட அல்லது அவர்களுக்கு பிடித்த படம் ஏதாகிலும் பார்க்க அனுமதிக்கப்படும்.

ஆனால் நான் பத்து மணிக்கு வீட்டின் அழைப்பு மணியை அடித்தபோது அம்மணியின் பின்னேயே பெரிய வாண்டு நின்று எட்டிப்பார்த்து சிரித்தது.

"என்னடா தம்பி தூங்கலையா?? வா வா நம்ம புது போன் பார்ப்போம்..." என்று அழைத்துக்கொண்டு படுக்கையறை நுழைய சின்ன வாண்டும் படுக்-கையில் படுத்துக்கொண்டு சிரித்தது.

"என்னடா பாப்பா நீயும் தூங்கலையா..." என்று இருவரிடமும் அலைபேசி-யின் பெட்டியை கொடுக்க, இருவரும் சேர்ந்து மகிழ்ச்சியாக பிரித்துப் பார்த்-தனர்.

"எப்படி இவ்ளோ நேரம் தூங்காம இருக்குறாங்க?" என்று அம்மணியிடம் கேட்க

"நீங்க லேட்டா தான் வருவீங்கனு சொல்லியும் ரெண்டும் கதை பேசிட்டே இருக்கு... என்னையும் தூங்க விடல..." என்றார்.

வாண்டுகள் எங்களை கவனிக்கவே இல்லை. இருவரும் அந்த அலை-பேசியை தான் திருப்பித் திருப்பி பார்த்துக்கொண்டிருந்தனர்.

"சரி வாங்க ரெண்டு பேரும்... போட்டோ எடுப்போம்... " என்று அழைத்தேன்.

சிரிப்பலைகளுடன் தூக்கக் கலக்கத்தில் சில செல்ஃபி எடுத்துக்கொண்-டோம். அதன் பின் வாண்டுகள் தூங்கிவிட்டன என்பது தான் எனது புரிதல்.

காலையில் நான் தாமதமாக எழுந்ததால் ஆலயம் செல்லுமுன் எதையும் எவரும் பெரிதாக பேசவில்லை.

மதியம் வீடு திரும்பிய பின் அம்மணி என்னிடம் விசாரித்தார்.

"தம்பி இதுக்கு முன்ன ஐபோன் கேட்டிருக்கானா??" என்று.

யோசித்துப்பார்த்து, "இல்லை..." என்றேன்.

"இன்னைக்கு எப்போவும் போல ஆறு மணிக்கு எந்திரிச்சவன் என்கிட்ட வரல... உங்க போன் எடுத்துட்டு வந்து என்கிட்ட காமிச்சு, 'ம்மா அப்பா-வோட ஐபோன் பார்க்க எனக்கு சிரிப்பு சிரிப்பா வருது ம்மா...' னு சொல்-லிட்டு ரொம்ப நேரம் போன் கைல பிடிச்சப்படி முன்னயும் பின்னயும் பார்த்-துட்டே இருந்தான்... பொதுவா போன் எடுத்தா கேம்ஸ் விளையாடுவான் இல்லனா ஏதாச்சும் வீடியோஸ் ரீல்ஸ் பார்ப்பான்... ஆனா இன்னைக்கு போன் மட்டும் பார்த்து பார்த்து சிரிச்சான்..." என்றார்.

"புது போன் ல... அதான் குஷியாகிருப்பான்..." என்றேன்.

"இல்ல வேற ஏதோ..." என்று யோசித்தவர்,

"வாண்டு முகத்துல ஒரு தேஜஸ் தெரிஞ்சுச்சு... நீங்க அதை பார்க்கல... அதனால உங்களுக்கு புரியல..." என்றவர் சமையலில் இருக்க, நான் படுக்-

கையில் படுத்துவிட்டேன்.

வாண்டுகள் ஞாயிறு வகுப்புகள் முடித்து வந்ததும், மறுபடியும் ஐபோன் எடுத்து தொட்டுப்பார்த்து அவர்களுக்குள் சிரித்துவிட்டு விளையாட ஓடிவிட்-டனர்.

சமையலில் இருந்து பாதியில் வந்த அம்மணி, "வாண்டு இப்போ பேசி-னது கேட்டுச்சா???" என்றார்.

திருத்திருவெனா முழிக்க, "இப்போ அவன் பிரெண்ட்ஸ் வந்தாங்க... எங்க அப்பா ஐபோன் வாங்கிருக்கார்.. அதை பாத்துட்டு இருந்தேன்னு சொல்லிட்டே பேசிட்டு போறான்... " என்றார்.

"தம்பியா..." என்று ஆச்சரியமாகக் கேட்டேன்.

"ம்ம்ம்.... அவன் பிரெண்ட்ஸ் யாரோ எதோ சொல்லிருக்காங்க போல...விசாரிக்கிறேன்...." என்றபடி அவர் நகர

"இல்ல கேட்க வேண்டாம்.... அவன் சரியா தான் இருக்கான்..." என்று சொல்லிவிட்டு வெளியே சென்று எட்டிப் பார்த்தேன்.

எப்போதும் போலவே தனது வாண்டுகள் பட்டாளத்தோடு விளையாடிக் கொண்டிருந்தான். மதியம் சாப்பிட அமர்ந்தபோது,

"அப்பா போன் வாங்கிருக்குறது ரொம்ப ஹாப்பி போலயே உனக்கு..." என்று துருவினார் அம்மணி.

"ஆமா ம்மா...எனக்கு சிரிப்பு சிரிப்பா வருது..." என்று மறுபடியும் அகம-லர்ந்து சிரித்தான்.

"ஏன் அப்படி??" என்று கேட்க அப்போதும் அவன் பதில் ஒரு வெள்ளந்தி புன்னகை மட்டுமே.

வாண்டின் நட்பு வட்டத்தில் எவரோ ஒருவர் வீட்டில் ஐபோன் இருக்கி-றது என்பது புரிந்தது. அது பற்றிய பேச்சும் அவர்களுக்குள் இருந்திருக்கிறது என்றும் புரிந்தது. 'நம் அப்பாவிடம் இல்லையே என்ற ஏக்கம் எங்கோ ஒரு மூலையில் அவனுக்குள் இருந்திருக்கிறது வெகு நாட்களாக...ஒருவரிடமும் ஒன்றும் பகிர்ந்து கொள்ளாமல், புது அலைபேசி வாங்கியபின் அதில் சந்-தோசம் அடைந்திருக்கிறான்.

எவரைப் பற்றியும் குற்றம் குறை சொல்லவில்லை, எவரையும் மட்டம் தட்டவும் மனசு வரவில்லை, எவரிடமும் விளம்பரம் செய்யவும் நோக்க-மில்லை, ஆனால் தன் நீண்ட நாள் கனவு அவனுக்கு பலித்திருக்கும் போல...அந்த மலர்ச்சி மட்டுமே அவன் முகத்தில் இருந்தது.

அடுத்தவங்ககிட்ட இருக்கு, நம்மகிட்ட இல்லையே என்று கேட்காமல், அடுத்தவங்க வச்சுருக்காங்க நமக்கும் வேண்டும் என்று அடம் பிடிக்காமல், நமக்கென்று காலம் வரும்போது அனுபவித்துக்கொள்வோம் என்ற நிலைப்-பாட்டில் இருந்த அவனின் மனதை படிக்க முடிந்தது.

மனசு வலிக்க கார்டு தேய்ச்சப்போ இருந்த உறுத்தல், வாண்டின் அந்த சிரிப்பில், சுயஉணர்வில், நிதானிப்பில் தொலைந்துபோனது.

இதெல்லாம் அவன் பெரியவனாகி அவனே படித்து தெரிந்துகொள்ளட்-
டும்.. அதுவரைக்கும், எனது குறிப்பேட்டில் இருக்கட்டும்!!

இவன்

கார்த்தி சௌந்தர்

பிள்ளைகளை படியுங்கள்

இன்றைய மெட்ரோ மனிதர்கள்...

இன்றைக்கு திங்கள்கிழமை என்பதால் மெட்ரோவில் ஊரிலிருந்து திரும்ப வருபவர்களின் கூட்டம் இருந்தது. எப்போதும் நான் கிளம்பும் நேரத்தில் அதிகமான கல்லூரி மாணவர்கள் கூட்டம் இருக்கும் என்பதால் பரவலாக திருமங்கலத்தில் இருந்து அந்த இளவட்ட கூட்டமும் சேர்ந்துகொண்டது.

அமைதியாக எதிரே அமர்ந்திருந்த தம்பதியையும் அவர்கள் கையில் மாறி மாறி தாவிக்கொண்டிருந்த அவர்களின் கைக்குழந்தையையும் தான் பார்த்து புன்னகைத்துக்கொண்டு அமர்ந்திருந்தேன்.

திருமங்கலத்தில் ஒரு ஜோடி ஏறியது. அவர்கள் காதல்(??!!) ஜோடி என்று எனக்கு அப்போது தெரியாது. அவர்களுக்கு இடம் கிடைக்கவில்லை என்பதால் எங்கள் அருகே நின்றுகொண்டிருக்க, எனதருகில் அமர்ந்திருந்த நபர் அடுத்த ஸ்டேஷனில் இறங்கியபோது, காதலர்கள் இருவரில் அந்த பெண்ணிற்கு இடம் கிடைத்தது.

அந்த பெண் என்னருகே அமர்ந்தபோதும் அவர்கள் இருவருக்குள்ளும் என்ன இருந்தது என்று எனக்கு தெரியாது. அருகே அமர்ந்த பெண்ணிடம் அந்த பையன் இருக்கையின் கம்பியை ஒரு கையில் பிடித்தபடி ஒரு கையில் தொலைபேசியை அவள் புறமாக காட்டி,

"இந்த போட்டோ DP வச்சுக்குவோமா???ரெண்டு பேரும் ஒரே மாதிரி DP வச்சுப்போம்..." என்று கேட்டபோது என்னால் அந்த புகைப்படத்தை பார்க்கமுடியும் என்றாலும் நாகரீகம் கருதி நான் அதை பார்க்கவில்லை. நமக்கு தான் இருக்கவே இருக்குது Outlook. இன்னைக்கு என்னென்ன பஞ்சாயத்து, என்னென்ன வேலைகள் இருக்கிறது என்று சரிப்பார்த்துக் கொண்டிருந்தேன். அதுவும் போக, அந்த கேள்வியில் எனக்கு சிரிப்பு வந்து-விட்டது..முகத்தை கொஞ்சம் தீவிரமாக மாற்றிக்கொள்வதற்கு எனக்கு அலு-வலக வேலைப் பட்டியல் உதவியது என்று சொல்லிக்கொள்ளலாம்.

எனது வேலையில் கவனமாக இருந்தாலும் அவர்கள் இருவரும் பேசுவது மட்டும் காதில் விழுந்துகொண்டே இருந்தது. எனக்கு மட்டுமல்ல, எனக்கு எதிரே இருந்த சில கல்லூரி மாணவர்கள், அவர்கள் அருகே இருந்த அந்த கைக்குழந்தை தம்பதி என்று எல்லோருக்குமே கேட்கும் அளவிற்கு தான் அவர்கள் உரையாடல் இருந்தது. அவர்கள் உரையாடல் இப்படியாக தான் சென்றது.

"நம்ம ரெண்டு பேரும் ஒன்னு போல இந்த DP வச்சுக்குவோமா??"
"ஹ்ம்ம் நல்லா இருக்கு...ஆனா...மாமா மாமி ஏதாச்சும் சொல்லுவாங்க..."
"உங்க அப்பாவே ஒன்னும் சொல்ல மாட்டாரு போல...உன் மாமா மாமிக்கு ஏன் இந்த வேலை..."

"அப்பாவுக்கு எதுவுமே தெரியாது...அதனால ஒன்னும் சொல்ல மாட்-
டாரு...அவங்க எல்லாம் சேர்ந்து ஏத்தி விடுறாங்க..."

"சரி இந்த போட்டோ வச்சுக்கலாம்...hide பண்ணி வச்சுக்கோ..அவங்க
பார்க்க முடியாது..."

"ஹ்ம்...."

"அந்த போட்டோ வேண்டாம்னா இது ஓகே வா...இந்த போட்டோ வச்-
சுக்கோ...இல்ல இது..இல்ல இதுகூட நல்லாத்தான் இருக்கு..."

"எத்தனை போட்டோ தான் எடுத்த??"

"இங்க பாரு..இதுல ஒரு குழந்தை தூங்குது...அழகா இருக்கு...இதை DPல
வச்சுக்கிறயா???"

"ஏய்...நான் தூங்கும்போது எடுத்தியா???எப்போ எடுத்த??"

"ஹ்ம்ம் நிறைய இருக்கு...பிலைட்ல எடுத்ததை ஸ்டேட்டஸ் வச்சேன்...இங்க
பாரு ஒரு கூட்டமே பாத்துருக்கு..."

"எங்க போனன்னு கேட்டா என்ன சொல்லுவ?"

"கப்பன் பார்க் போனேன்னு சொல்லுவேன்..."

"ஏன் இங்க எதுவும் பார்க் இல்லையானு கேட்டு வைக்க போறாங்க..."

"இங்க எல்லா பார்க்கும் பார்த்தாச்சு...அதான் வித்தியாசமா பெங்களூர்
போய் கப்பன் பார்க் பார்த்துட்டு வந்தேன்னு சொல்லுவேன்..."

"அவங்க எல்லாம் கேட்டா என்ன சொல்றது??"

"ஒர்க் இருந்துச்சுனு சொல்லு..."

"என்ன ஒர்க்னு கேட்டா?"

"பர்சனல் ஒர்க்...அவ்ளோ தான்..."

இப்படியாக அவர்கள் இருவரும் பேசியதில் பாதி கேட்டும் பாதி கேட்-
காமலும் நான் ஆலந்தூர் வந்துவிட்டதா என்று பார்க்க இன்னும் இரண்டு
ஸ்டேஷன்கள் கடக்க வேண்டியிருந்தது. எனது ஸ்டேஷனில் நான் இறங்கும்
வரை அவர்கள் இருவரின் முகத்தையும் நான் பார்க்கவில்லை.

இறங்கும்போது அவர்களை முன்னே விட்டு நான் பின்னே நடந்தேன்.
நிச்சயம் இருவரும் கல்லூரி படிக்கும் மாணவர்கள் தான். என்றாலும் வார
இறுதியில் இருவரும் பெங்களூர் சென்று வந்துள்ளனர், அதுவும் கால தாம-
தத்தை தவிர்ப்பதற்கு விமானத்தில் சென்று வந்திருக்கின்றனர் என்று புரிந்-
தது.

இதில் இருவரும் எடுத்துக்கொண்ட புகைப்படங்கள் அதிகமாக அந்த
பையனின் அலைபேசியில் தான் இருக்கிறது. அதில் எந்த புகைப்படத்தை
DP வைக்கலாம் என்று இருவருக்குள்ளும் ஒரு ஆராய்ச்சி, அதிலும் பெற்-
றவர்கள், வீட்டின் பெரியவர்களுக்கு தெரியாமல் hide பண்ணி வைத்துக்-
கொள்ளலாம் என்ற ஆலோசனைகள் வேறு.

சரி இதெல்லாம் உனக்கு எதுக்கு...உனக்கு தான் வயசாகிருச்சு..காதல்
பறவைகள் அவங்க அப்டி தான் இருப்பாங்க..உனக்கு எதுக்கு பொறாமைனு

எனக்கு நானே கேட்டுக்கிட்டேன்...ஏன்னா, இதே கேள்வியை இந்த நினை-வூட்டியை படிக்கிற எல்லோருக்கும் கேட்கத் தோணும்.

எனக்கு அது எதுவுமே பிரச்சனை இல்லை...எனக்கு வேற ஒரு யோசனை தான் அவர்கள் இருவரின் உரையாடலில் முக்கால்வாசி கேட்ட பின்பு..

அது என்னவென்றால், இவர்கள் இருவரும் இன்னும் படிப்பையே முடிக்-கவில்லை, இன்னும் வேலைக்கு செல்ல வேண்டும், பின் திருமணம், குடும்பம் என்று ஓர் தொலைநோக்கு பார்வையோடு யோசித்தேன். அவர்கள் இரு-வரும் சேர்ந்தோ அல்லது இந்த உறவில் இருந்து பிரிந்தோ வாழ்க்கையை பார்க்கத்தான் போகிறார்கள்.

அப்போவும் இதே மாதிரி DP என்ன வைக்கலாம் என்று சேர்ந்து யோசிப்பார்களா, இல்லை ஏதாகிலும் சாமிபடம் அல்லது குழந்தைகள் படம் என்று மாறுமா என சிந்தித்துக்கொண்டே, அடுத்த பெட்டியின் புறம் பார்-வையைத் திருப்ப, என் சிந்தனையை கலைப்பதற்கென்று அடுத்த பெட்டியில் அமர்ந்திருந்த நம்ம வீட்டு அம்மணி, எனக்கு கை காண்பித்துக்கொண்டு அவரது ஸ்டேஷனில் இறங்கிக்கொண்டார். கை காண்பித்து வழியனுப்பி-விட்டு நானும் அடுத்த ஸ்டேஷனில் இறங்கிக்கொண்டே அந்த காதலர்-கள்(??!!) பின்னே நடந்த போது புன்னகைத்துக் கொண்டேன்.

காரணம் எங்கள் இருவரின் DP என்ன என்று எனக்கு தெரியுமல்-லவா...இந்த தொலைநோக்கு பார்வை அவர்களுக்கும் கிடைத்தால் நலமாக இருக்கும். மற்றபடி அவர்கள் மேல் கோபம், வருத்தம் எல்லாம் இல்லை. அவர்களை மதிப்பீடு பண்ணும் ஆசையும் இல்லை.

பெற்றவர்களே உங்கள் பிள்ளைகளைக் கொஞ்சம் படியுங்கள்...

இவண்

கார்த்தி சௌந்தர்

ஏஞ்சல் வந்தால்..

ஏஞ்சல் வந்தா நீங்க என்ன கேட்பிங்கனு ஒரு போஸ்ட் ட்ரெண்ட் ஆகிட்டு இருந்துச்சு...

வீட்டிக்குள்ள நுழைஞ்சா வாண்டுக ரெண்டும் ஏதோ விளையாடிட்டு இருந்தப்போ என்னமோ வித்தியாசமான பாஷை பேசுன மாதிரி இருந்துச்சு...

என்னடா பேசுறீங்கன்னு கூப்பிட்டேன்...

"அதுவா.." என்ற வார்த்தையை இழுத்து சொல்லியபடியே, என் தலை-யில் கையை வைத்து இருவரும் ஆட்டி,

"ஆபிரக்கா டாப்ரக்கா பூம்ராக்கா பூம்... இப்போ நீங்க ஒரு ஏஞ்சல் ஆகிடுங்க..." னு கோரஸ் பாடிட்டு ஓடிட்டானுக.

என்ன விளையாட்டுனு புரியல...இப்போ நான் ஏஞ்சலான்னும் தெர்ல...

ஆனால் சிறுபிள்ளைகள் போல இருந்துவிட்டால் மனிதன் என்னும் அற்ப பிறவியையும் ஏஞ்சலாக மாற்றி கடவுளுக்கே வரம் கொடுக்கலாம் போல!!!

இன்னைக்கு ஆபீஸ் ல வரங்குன அடிக்கு just like that மருந்து போட்டுட்டு போய்ட்டானுக.. ??♂?

Ok!! Buckling up for the status call tonight!!!

பிடித்தமும் புரிதலும்

"செம்மையா இருந்துச்சு அந்த கேம்... அதை ஏன் டெலீட் பண்ணுனீங்க..." என்று வந்தது வாண்டு.

புருவத்தை சுருக்கினேன். காரணம் பொதுவாக இவர்கள் பார்வையில் தட்டுப்படும் எல்லாம் டவுன்லோட் செய்யப்படும். Screen Time மிகக் குறைவு என்பதால் அணில் சேகரித்து ஒளித்துக்கொள்ளும் பழக்கொட்டைகள் போலத்தான் விளையாட ஆசைப்பட்டு டவுன்லோட் செய்து பின் மறந்துவி-டுவார்கள்.

எப்போதும் ஸ்டோரேஜ் பிரச்சனை வராதவரை எதையும் கண்டுகொள்ள-மாட்டேன். அலுவலக பயணத்தின் போது அதிகமாக தோன்றினால் கேம்ஸ் எல்லாம் நீக்கிவிடுவேன் என்பதால் இப்போது வாண்டு எந்த கேம் பற்றி கேட்கிறது என்றே புரியாமல் புருவத்தை சுருக்க,

"ஏன் தான் இப்படி பண்ணுவீங்களோ..." என்று சலித்துக்கொண்டது. "அடேய்... என்ன கேம் தேடுற?? பேரு சொல்லு... டவுன்லோட் பண்ண-லாம்... இதெல்லாம் ஒரு பிரச்சனையா... இவ்ளோ சலிச்சுக்கிற..." என்று பெயர் கேட்க, வாண்டிற்கு தெரியவில்லை.

Playstore திறந்து recommendation காண்பித்து, அவைகளில் எதாகிலும் ஒன்றா என்று கேட்டேன். அப்போதும் உதட்டை தான் பிதுக்கி-யது.

"என்ன மாதிரி கேம்..." என்று கேட்டு, அதற்கான keywords போட்டு தேடியும் வாண்டிற்கு கிடைக்கவில்லை.
"எனக்கு பிடிச்ச கேம்...அதை இப்போ எப்படி விளையாடுவேன்..." என்று முனங்கியது.
"அடேய் பாப்பா...கேம் பேரு தெரல...நீ சொன்ன எல்லாமே போட்டும் வரல... அடுத்த முறை பிடிச்ச கேம்னா அது பற்றி எல்லாமே தெரிஞ்சு வச்-சுக்கோ..." என்றேன்.
"பிடிச்சா போதாதா...???" என்று வாண்டு கேட்க
"ஆமா போதாது...ஒரு விஷயம் பிடிச்சா அதை பற்றி முழுசா தெரிஞ்சுக்க-னும்ல..." என்றேன்.
"தெரிஞ்சுக்கிட்டு??? என்ன நடக்கும்???" என்று கேட்டது.
"என்ன நடக்கும்??? அந்த கேம்ல இன்னும் நல்லா விளையாடலாம்... நிறைய லெவல் முன்னேறி போகலாம்... நிறைய பாயிண்ட்ஸ் கிடைக்-கும்...இன்னும் கொஞ்சம் அந்த விளையாட்டில் திறமை உண்டாகும்...இதை-விட இன்னும் கொஞ்சம் கடினமான அடுத்த கேம் விளையாட ஆரம்பிக்-கலாம்...இப்படி எல்லாம் இருக்குதே...இதே தான் எல்லா விஷயத்துலயும்..." என்று வாண்டிற்கு புரியும் வகையில் பேச,

"அப்டின்னா ஜெயிச்சுக்கிட்டே இருக்கணுமா???" என்று வாண்டு கேட்டு-விட, ஒரு நொடி பதிலில்லாமல் போனது.

ஆசையாக விளையாடிய விளையாட்டு என்பது மாறிப்போய், எப்படியா-கிலும் ஜெயித்து முன்னேறிக்கொண்டே போகவேண்டும் என்ற மனப்போக்-கில் தள்ளி நிறுத்திவிட்டது எனது பேச்சு என்று அந்த கேள்விக்கு பின்பே எனக்கு புரிந்தது.

"இல்லடா...அப்படி இல்ல...நான் தப்பா சொல்லிட்டேன்....உனக்கு பிடிச்ச மாதிரியே விளையாடு...அதுக்கும் மேல பிடிச்சா கொஞ்சம் தெரிஞ்-சுக்கோ...அவ்ளோ தான்..." என்று மாற்றி சொல்லி அனுப்பி வைத்தேன்.

வாழ்க்கை சில நேரங்களில் இப்படித்தான் நமக்கும் பாடம் சொல்லித் தந்து செல்கிறது. பிடித்தம் என்ற நிலை ஏன் எப்போதும் புரிந்துகொள்ளுதல்/ தெரிந்துகொள்ளுதல் என்னும் நிலைக்கு தள்ளப்படுகிறது என்ற கேள்வி வந்து விழுந்தது.

சிறுபிள்ளைகளின் பிடித்தங்கள் எப்போதும் புரிதல் என்ற கோட்பாட்டுக்-குள் வராததால் மட்டுமே ஒவ்வொரு முறை ஒரு விமானம் வானில் பறக்கும்-போதும் , ஒரு குயில் கூவும்போதும், மழை பெய்யும்போதும், ஐஸ் வண்டியை கடக்கும்போதும், பஞ்சுமிட்டாய் பார்க்கும்போதும் என்று இன்னும் அநேக நேரங்களில் துள்ளிக்குதித்து மகிழ முடிகிறது.

அவர்களின் பிடித்தங்களில் புரிதல் என்னும் பாரம் எப்போதும் ஏறிக்-கொள்வதே இல்லை. நமக்கு அந்த வரம் மீண்டுமாய் வேண்டுமோ என்றே யோசித்தேன் வாண்டுனான உரையாடலுக்குப் பிறகு...

நமக்கெல்லாம் பிடித்தம் புரிதல் என்னும் பாரத்தை ஏற்றிவிடுகிறது. புரிந்-துகொள்கிறேன் என்று தப்பாய் தவறாய் விழுந்து எழச் செய்கிறது. பின் எப்-படியாவது புரிந்துகொள்வேன் என்று நெறிமுறைகளை வளைக்கச் செய்கி-றது. ஒரு வழியாக கொஞ்சமே கொஞ்சமாக புரிந்தபின், ஜெயிக்க வேண்டும், ஜெயித்தே தீர வேண்டும் என்று ஓட வைக்கிறது, இறுதியில் அந்த பிடித்தம் சலிப்பில் கொண்டு வந்து நிறுத்திவிடுகிறது.

பிரமாண்டமாய் தோன்றிய பிடித்தம் தான், 'இவ்வளவு தான நீ' என்ற சலிப்பில் நிறுத்தி மொத்தமாய் பிடித்ததில் இருந்து ஒதுக்கி வைத்துவிடுகிறது.

அதனை சரிபார்க்கும் விதமாய், நான் அப்படித் தான் இருக்கிறேனா என்று யோசித்துப் பார்த்தேன். வேகமாய் ஓடிக்கொண்டிருக்கும் இந்த உலகம் என்னையும் அப்படித்தான் பாரமேற்றி வைத்திருக்கிறது போல என்று சமீபத்-தில் வந்த ஒரு பாடலின் மீதான பிடித்தம் உணர்த்தியது.

முதன் முதலில் கேட்ட ஒரு பாடல், மெட்டு பிடித்து, வரிகள் கவனிக்க ஆரம்பித்தேன். வரிகள் ஈர்த்து, காட்சிகள் பார்க்க ஆசைப்பட்டேன். காட்-சிகளின் தூண்டுதலில் படம் பார்த்தே தீர வேண்டும் என்று நின்றேன். படம் பார்த்து முடித்த பின், இதற்குத்தான் இந்த பாடலா என்ற சலிப்பு எங்கோ ஓர் மூலையில் வந்துவிட்டது போலும். இப்போதெல்லாம் அந்த பாடலை அத்-

தனையாக விரும்பிக் கேட்பதில்லை.

ஒரு பாடலை ரசிக்க, அந்த நேர இனிமை கொஞ்சமாய் இதயத்தை கிள்ளிப்பார்த்தால் போதுமல்லவா??!!!

பிடித்தம் அத்தனை எளிதாக இருக்க முடியாதா?? முடியும் என்றே வாண்டு இன்றைக்கு உணர்த்திச்சென்றது.

இவன்
கார்த்தி செளந்தர்

புரிதல் >> நெருக்கம்

காலையிலேயே வாண்டின் காணொளி அழைப்பில் தான் விழித்துக்கொண்-
டேன். தூக்கக் கலக்கத்தில் அழைப்பை ஏற்று, "ஹாய் பேபி..." என்று
சொல்ல, அந்த பக்கம் ஒரு முறைப்புடன் கூடிய அமைதி மட்டுமே.

"ஏதாச்சும் பேசணும் பேபி...பார்த்துட்டே இருந்தா என்ன அர்த்தம்??"
என்றேன். ஒரு பெருமூச்சுடன் அமைதியாக நேரத்தைப் பார்த்தேன். மணி
6:10 என்று காட்டியது. எப்படியும் இந்தியாவில் இந்நேரம் மாலை ஐந்து
மணி போல இருக்கும்.

அநேகமாக ஏதாச்சும் குறும்பு செய்து திட்டு வாங்கியிருக்க வேண்டும்
அல்லது படிக்காமல் அடி வாங்கியிருக்க வேண்டும். படிக்காமல் அடி வாங்-
கியிருந்தால் நிச்சயம் என்னிடமும் சலுகை கிடைக்காது என்பதால் படிப்-
பிற்காக அல்ல என்று புரிந்தது. குறும்பு, சேட்டைகளுக்கு எல்லாம் அடி
விழுவது வெகுவாக குறைவு அதுவும் தற்சமயம் நானும் வீட்டில் இல்லை
என்பதால் கண்டிப்பாக இருக்காது. சரி அவனிடமே விசாரிப்போம் என்று
யோசித்து,

"என்ன பிரச்சனை??" என்று கேட்டேன்.
"எனக்கு இனிமே தனியா சண்டே கிளாஸ் அட்டென்ட் பண்ண முடி-
யாது...யாராச்சும் என்கூட இருக்கனும்..." என்று தோரணையாக வந்து
விழுந்தது வார்த்தைகள்.
"என்ன பிரச்சனை??" என்று மறுபடியும் கேட்டேன்.
"நான் மட்டும் தனியா இருக்குறேன்...எனக்கு அது பிடிக்கல..." என்று அப்-
போதும் முறைப்புடனேயே பதில் வந்தது.
"பாப்பாவும் அக்காவும் உன்கூட தான இருக்குறாங்க...அவங்க கிளாஸ் அட்-
டென்ட் பண்ணுறாங்களே...வாட்ஸ் தி ப்ரோப்ளேம் நொவ்..." என்று யோசித்-
துக் கேட்டேன்.
"அவங்க எல்லாம் கேர்ள்ஸ் டீம்...அவங்க ரெண்டு பேரும் சேர்ந்து இருக்கு-
றாங்க...நான் மட்டும் தனியா இருக்குறேன்...அதனால எனக்கு நம்ம வீட்ல
இருந்து இன்னொரு பாய் வேணும்..." என்று வந்து விழுந்தது பதில். தோர-
ணையில் சற்றும் இறக்கம் என்பது இப்போது வரை வரவில்லை.
"இதேதடா காலங்காத்தால..." என்று யோசித்தேன். சிரிக்கவும் முடியாது,
முறைக்கவும் முடியாது. ஏற்கனவே வீட்டில் கேட்டு அதற்கான பதிலில்
திருப்தி இல்லாமல் தான் வாண்டு இங்கே அழைத்திருக்கிறது என்பதால்
பேசித்தான் பிரச்சனைகளை தீர்க்கவேண்டும் என்ற பெருமூச்சு என்னிடம்.
"உன்கூட உன்னோட பிரெண்ட்ஸ் எல்லாரும் இருப்பாங்களே...அவங்க எல்-
லாம் இல்லையா உன்னோட பாய்ஸ் டீம்ல...நீ ஏன் இப்படி கேட்குற...உன்
பிரிண்ட் XXXX கூட நீ விளையாடலையா.." என்று விசாரித்தேன்.

"அவன் என்கூட விளையாடவே மாட்டேங்குறான்...நான் என்ன பண்-
றது..அவன் மத்த பிரிஎண்ட்ஸ் கூட தான் விளையாடுறான்...." என்று
சோகம் வேறு வாண்டிற்கு.

"அவன் உன்கூட விளையாடலைன்னா நீ அவன் கூட பேசு, அவன்கிட்ட
விளையாட வானு கூப்டு...இதெல்லாம் பெரிய விஷயமா பேபி...இதுக்கு நீ
இன்னொரு பாய் வேணும்ன்னு கேட்பியா...." என்று விசாரித்தேன்.

"அவன் என் கூட எப்படி விளையாடுவான்...நீங்க சும்மா பேசு பேசுனு
சொல்றீங்க...ஆனா அவன் என்கூட பேசணும்ல..." என்று எரிச்சலுடன்
சொன்னான்.

"நீ அவன்கூட சண்டை போட்டியா....இல்லைல...அப்போ நீ பேசினா கண்-
டிப்பா பேசுவான்...மறுபடியும் கிளாஸ்ல பேசிப் பார்க்குறியா.." என்று கேட்-
டேன்.

"உங்களுக்கு புரியவே இல்ல.. நாங்க எல்லாரும் கிளாஸ்ல ஒரு கேம்
விளையாடினோம்...அதுல உன்னோட பெஸ்ட் பிரிஎண்ட் யாருனு எழுத
சொன்னாங்க...நான் அவன் பெயரை எழுதினேன்...ஆனா அவன் XXXXX
பெயரை எழுதினான்...என் பேரை எழுதவே இல்ல...நான் அவனோட
பெஸ்ட் பிரிஎண்டே இல்ல...அவன் எப்படி என்கூட பேசுவான்..." என்று
சொல்ல, மனதில் ஒரு நெருடலுடன் கூடிய வலி.

வாண்டினை சமாதானப்படுத்தி, அவனது வேறு சில நண்பர்களின்
பெயர்களைச் சொல்லி அவர்களிடமும் நெருங்கிப்பழகச் சொல்லிவிட்டு
அழைப்பை தூண்டித்தேன்.

பேசு, பேசிப்பழகு என்ற வார்த்தைகள் தான் அவனை வெகுவாய்
அழுத்துகிறதோ என்று யோசித்தேன். சில நேரங்களில் பேசுவதில் எந்த-
விதமான பிரயோஜனமும் இருக்காது என்பதை நான் நினைத்துப் பார்க்க,
அவனுக்கு சொல்லிக்கொடுக்க தவறிவிட்டேன் என்றே தோன்றியது.

பேசினால் தீராத பிரச்சனைகளே இல்லை என்றே அவனுக்கு சொல்லிக்
கொண்டிருந்திருக்கிறேன். ஆனால் அப்படியல்ல போலும். பேசிக்கொண்டே
இருப்பதோ, அல்லது தொடர்பில் இருந்துகொண்டே இருப்பதோ மட்டும்
போதாது என்று வாண்டுகளின் விளையாட்டு முகத்தில் அறைந்திருக்கிறது.

நெருக்கம் என்பதும் புரிதல் என்பதும் எப்போதுமே பரஸ்பரம் அல்ல,
அதில் தவறும் அல்ல என்பதை வாண்டு சற்றே கசப்பான சூழ்நிலையில்
கற்றுக்கொண்டது.

வாண்டுடன் சேர்ந்து தான் எனக்குமே இந்த குறிப்பேடு!!

நாம் நினைக்கும், நேசிக்கும், நெருக்கம் காண்பிக்கும் மனிதர்கள் திரும்ப
நம்மிடம் அப்படி நடந்துகொள்ள வேண்டிய அவசியம் இல்லை. அவர்களின்
நெருங்கிய வட்டத்திற்குள் நாம் இருப்பதும் இல்லாமல் போவதும் அவர்களது
சொந்த விருப்பு வெறுப்பு மட்டுமே. அந்த புரிதல் இருந்தால், அதற்கேற்றார்ப்
போலத்தான் நாம் பிறரிடம் எடுத்துக்கொள்ளும் உரிமைகளின் அளவுகள்

இருக்கும்.

பேசினால் எல்லாம் சரியாகும் என்பது, எவரிடம், எந்த நிலையில், எவ்வளவு உரிமையுடன் என்ற புரிதலுக்குப் பின்பே சாத்தியம்!!

Communication is the key not until we comprehend!!!
Comprehension >>> Communication

இவண்
கார்த்தி சௌந்தர்

டாக்டர் வாண்டு

நான்கு மணி என்று நினைக்கிறேன்...நல்ல தூக்கத்தில் இருந்தேன்... எங்-கேயோ அழைப்பு சத்தம் கேட்டு எடுத்தால்,

"டேய்.... தம்பிக்கு viva முடிஞ்சது..." னு உற்சாகமான குரலில் அப்பா அழைத்தார்.

"எப்படிப்பா பண்ணான்??.." என்று கரகரத்தில் குரலில் கேட்ட பின்பு கூடவே தாயின் குரல்...

"நீ தூங்கு...நாங்க அப்புறம் கூப்பிடுறோம்..." என்று.

அவர் பதிலை overtake பண்ணி, "நல்லா பண்ணான் டா... You are a doctor now..னு சொல்லிட்டாங்க..." னு ஒரு உற்சாக குரல். அவருக்கு வந்த ஆங்கிலத்தில் சொன்னார்.

"ஈன்ற பொழுதின் பெரிதுவக்கும் தன்மகனைச் சான்றோன் எனக்கேட்ட தாய்" என்றே மனதில் ஓடியது.

காரணம் இந்த வாண்டு கல்லூரியில் படிக்கும் போது பெரும் விபத்து ஏற்பட்டு மயிரிழையில் உயிர் தப்பி, கிட்டத்தட்ட இரண்டு வருடங்கள் நடக்க முடியாமல் இருந்தான்.

'பேசாமல் இன்ஜினியரிங் discontinue பண்ணிட்டு போயிடுப்பா... உன்னால எல்லாம் படிச்சு டிகிரி வாங்குரது கஷ்டம்' என்று அவன் கல்லூரி முதல்வர் சொன்னது இன்றும் நினைவிருக்கிறது.

நான் படிப்பேன், இன்ஜினியரிங் இதே காலேஜ் ல முடிப்பேன் என்று விடாமல் படித்தான். நடக்க முடியாமல் wheel chair இல் சென்று தான் இரண்டு செமஸ்டர் பரீட்சைகள் எழுதினான். Lag இல்லாமல் arrear இல்-லாமல் டிகிரி வாங்கினான்.

அப்போதும் வேலைக்கு போக ஆசை இல்லை, மேல் படிப்பிற்கு வெளி-நாடு போகவேண்டும் என்று ஆசைப்பட்டான். ஆனால் அவனது விபத்-தும் அதன் பின்னான நிகழ்வுகளும் எங்களுக்கு பயம் கொடுத்திருந்ததால் அவனை தனியாக அனுப்ப விரும்பவில்லை. அந்த கோபம் துரைக்கு இன்-றும் உண்டு.

அதன் பின் MTech முடித்து, இப்போது PhD முடித்து, இன்றிலிருந்து பச்சை மை கையெழுத்து என்ற அந்தஸ்தில் நிற்கிறான்.

முடியாது, வராது, எனக்கு எவ்ளோ பிரச்சனை இருக்கு தெரியுமா என்-றெல்லாம் எனக்கு நானே யோசிக்கும்போது இந்த வாண்டு தான் கண் முன் வந்து போகும்...

அதுக்கு அப்புறம் எழுந்து நிமிர்ந்து நிற்க வேண்டும் என்று மட்டுமே தோன்றும். அவனை புடமிட ஒப்புக்கொடுத்தான், இன்றைக்கு பொன் என மின்னுகிறான் என்ற நன்றியோடு இருக்கிறேன்.

வாழ்த்துக்கள் டா வாண்டு!!

ஆம், இது தான் வாழ்க்கையில் நான் பெறாமல் பெற்ற முதல் வாண்டு...♥?

Karthi Sounder ஹாப்பி அண்ணாச்சி!!

பல்லாங்குழி

எப்போதும் கோடை விடுமுறை என்றால் பாட்டி வீட்டிற்கு தான் செல்வோம். அம்மா வழி பாட்டி வீட்டிற்கு பரீட்சை முடிந்த அந்த வாரக் கடைசியில் சென்றால், பள்ளிக்கூடம் திறப்பதற்கு ஒரு வாரம் இருக்கும்போது தான் மறு-படியும் வீடு திரும்புவோம்.

கிட்டத்தட்ட வீட்டில் நாங்கள் மற்றும் பெரிய சித்தி பிள்ளைகள் மட்டுமே. நால்வரும் நான்கு திக்கில் ஓடுவோம் என்றாலும் பாட்டி எங்களை சமாளித்து மேய்த்துவிடுவார்.

ஏழு அல்லது எட்டு வயது முதல் பத்து பதினோரு வயது வரை ஒவ்-வொரு கோடை விடுமுறையும் பாட்டி வீட்டில் தான்.

அப்போதெல்லாம் வேப்பமரத்தில் ஊஞ்சல் கட்டி ஆடுவது, வாடகை சைக்கிள் எடுத்துவந்து அதில் சைக்கிள் பழகுவது, தாயம், தட்டாங்கல் , கில்லி , நொண்டி , காதுக்குள் ரகசியம் சொல்லி விளையாடுவது, கபடி , பட்டம் விடுவது, ஒளிந்துபிடித்து விளையாட்டு என்பவை எல்லாம் கொஞ்சம் டிசென்ட் விளையாட்டுக்கள்.

அதையும் மீறி சில நேரங்களில் மரத்தில் தலை கீழாய் தொங்குவது, ரோட்டில் போகும் நாயை உரண்டை இழுப்பது, மண்ணில் உருண்டு வருவது, அடுத்தவர் வீட்டு மாமரத்தில் ஆட்டைய போடுவது என்ற இன்டிசென்ட் விளையாட்டுக்களும் உண்டு. அப்படியான சமயங்களில் பாட்டியிடம் மாட்டி-னால் அடி வெளுக்கும்.

அப்புறம் மடியில் அமர்த்தி கொஞ்சி, "அப்படிச் செய்யலாமா?? ஒழுக்கம் வேணும்ல.." என்று ராகம் பாடி மடியில் வைத்து கொஞ்சிவிட்டு ஒரு ரூபாய் கொடுக்கும்.

ஆளுக்கு ஒரு ரூபாய் பெற்றுக்கொண்டு மறுபடியும் தலைதெறிக்க கடைக்கு ஓடுவோம். ஊருக்குள் இருக்கும் ஒரே அண்ணாச்சி கடையில் ஒரு ரூபாய்க்கு பத்து பாக்கு மிட்டாய் கொடுப்பார். அதை வாங்கி சட்டைப் பையில் போட்டுக்கொண்டு, அந்த நாள் முழுவதும் சிரித்த முகமாய் சுற்று-வோம்.

சில நேரம், அதே ஒரு ரூபாயில் நான்கு ஆசை சாக்லேட் வாங்கி வந்து, அவற்றை உண்டு முடித்து, அந்த சாக்லேட் கவரை இழுத்து விளையாடி எவரின் கவர் கிளியாமல் நீளமாக இழுக்கப் பட்டிருக்கிறது என்று போட்டி போட்டு மகிழ்வோம்.

சாயங்காலமானால் தாத்தா வரிசையாக நிற்க வைத்து வாய்ப்பாடு ஒப்-பிக்கச் சொல்வார். அதற்கு மட்டும் விதிவிலக்கே இல்லாமல் அடி விழும். அப்புறம் சாப்பிட்டு முடித்து, படுக்கப் போகுமுன் வரிசையாக வாசலுக்கு போய் நின்று சிறுநீரில் கோலம் போட்டிவிட்டு தூங்கச் செல்வோம்.

திரும்ப காலையில் ஆறு மணிக்கு எழுந்தால், காலைக் கடைமைகள் எல்லாம் முடித்துவிட்டு, பழைய சோறு சாப்பிட்டு முடித்து கிளம்பினால் மறு-படியும் அதே கதை தான்.

கோடை விடுமுறை வந்தால் ஒரு சுற்று கருத்துப்போய் தான் அடுத்த வகுப்பிற்கே செல்வோம். அவ்வளவு விளையாட்டுகள் உண்டு. அதிலும் தாயம் விளையாடும் போது மட்டும் அத்தனை கிண்டல் கேலி எல்லாம் நடக்கும்.

கொஞ்சம் எங்களுக்கு விவரம் வந்ததும், தாத்தா அம்மாவும் சித்திகளும் சிறு வயதில் விளையாடிய பல்லாங்குழி விளையாட்டினை எங்களுக்கு அறி-முகப்படுத்தினார்.

தம்பிகள் இருவருக்கும் அவ்வளவு பிடிக்கவில்லை என்பதால் பல்லாங்-குழி விளையாட வர மாட்டார்கள். நானும் தங்கையும் தான் பாட்டி வீட்டில் பல்லாங்குழி விளையாடுவோம். புளியமுத்து வைத்து விளையாடிய அந்த விளையாட்டு பிடித்துப்போய், எனக்கு அந்த பலகை வேண்டும், ஊருக்கு எடுத்துச்செல்ல வேண்டும் என்று ஒரே அழுகை.

தங்கையோ எனக்கு தான் வேண்டும் என்று அழுகை. தாய் நான் அடம்பிடித்து உருண்டதைப் பார்த்து, பொடனிலயே நாலு போட்டுச்சு.

"உனக்கு எதுக்கு பல்லாங்குழி... தங்கச்சி கேட்டா கொடுக்க மாட்-டியா.."னு நாலு அப்பு அப்புச்சு தாய்.

அதைப் பார்த்துவிட்டு, தாத்தா தான் சமாதானப்படுத்தி, "பல்லாங்குழி விளையாண்டா என்ன தப்பு... கார்த்திக்கு நீ ஊர்ல போய் ஒன்னு வாங்-கிக்கொடு... இது கார்த்தியோட காசு..." என்று என் சட்டைப்பையில் நூறு ரூபாய் வைத்து, சமாதானப்படுத்தி அனுப்பி வைத்தார்.

பேருந்தில் பயணம் செய்து வீட்டிற்கு வந்து சேரும்வரை சட்டைப் பையில் அந்த நூறு ரூபாயை பாதுக்காத்து கொண்டு வந்து, தாயிடம் நீட்டி, எனக்கு பல்லாங்குழி வேண்டும் என்று அடம் பிடித்து, என் தொல்லை தாங்க முடியாமல் தாய் அடுத்த நாள் என்னை அழைத்துக்கொண்டு போய் மீன் வடிவத்தில் பல்லாங்குழி பலகை வாங்கிக்கொடுத்தார்.

அதில் விளையாட முத்து எல்லாம் ஊரில் இருந்து தாத்தாவிடம் கேட்டு பேக் பண்ணி எடுத்து வந்ததை நினைத்தால் இன்றும் புன்னகை வரும்.

இப்போது வரை அந்த பல்லாங்குழி இருக்குறது. சிறுவயதில் விளையாடி விட்டது பரனில் இடம் பிடித்தது. அதன் பின் பெரிய வாண்டிற்கு கர்ப்பமாக இருந்தபோது அம்மணியும், தம்பி மனைவியும் விளையாடுவார்கள். இப்போது மறுபடியும் பரன் ஏறியிருக்கிறது. இனிமேல் தம்பி வாண்டுகள் விளையாடும்.

கோடை விடுமுறை என்றால் எப்படி எல்லாம் விளையாடினோம் என்று யோசித்துப் பார்த்து,
இந்த வாண்டுகளுக்கு ஏன் அப்படியான குழந்தைப்பருவம் இல்லை என்று கவலைப்பட்டிருக்கிறேன்.

நம் அளவிற்கு இவர்கள் வெளியே சென்று விளையாடுவதில்லை என்ற கவலை இருந்தாலும், வெயிலும் ரொம்ப ரொம்ப அதிகமாகவே இருக்கிறது என்பதால், அலைபேசி இல்லாமல், கணினி இல்லாமல் , தொலைக்காட்சி பார்க்காமல் இவர்களை வீட்டிற்குள் பிடித்து வைக்க வேண்டுமென்றே தாயம் விளையாட கற்றுக்கொடுத்தேன்.

இப்போது கொஞ்சம் நன்றாக விளையாட ஆரம்பித்துவிட்டனர் என்பதால் சலித்துப்போகவும் வாய்ப்பு இருக்கிறது என்று யோசித்து அடுத்த கட்டமாக பல்லாங்குழி வாங்கிவிட்டேன்.

வாண்டுகளுக்கு அதில் இருக்கும் சோவிகளை பார்த்து புது உற்சாகம். அவற்றை மொத்தமாக கையில் அள்ளிக்கொள்ள முடியாமல் தட்டுத் தடுமாறி விளையாட ஆரம்பித்து விட்டனர்.

இப்போதைக்கு மதிய வெயிலில் இருந்து தப்பிக்க, தாயம், பல்லாங்குழி, பரமபதம் என்று வீட்டிற்குள் சற்று பிடித்து வைக்க முடிகிறது.

வாண்டுகள் இன்னும் கொஞ்சம் நாட்கள் வாண்டுகளாகவே வளரட்டும்!!

இவண்

கார்த்தி சௌந்தர்

எஞ்ஜினீயர்

இன்றைக்கு வாண்டுகள் கலந்துகொண்ட நிகழ்ச்சியின் நிறைவு நாள் என்பதால் பாட்டு, நடனம், நாடகம் என்று நிகழ்ச்சி கலை கட்டியது.

விழாவின் முடிவில் விழா ஒருங்கிணைப்பாளர் குழந்தைகளிடம் நல்லதே செய்ய வேண்டும், நன்றாக படிக்க வேண்டும் என்று சொன்னார்.

பிள்ளைகள் எல்லோரும் வேகமாக நல்லா படிப்போம் என்று கோரஸ் பாட, "நல்லா படிப்பீங்களா?? என்ன படிக்க போறீங்க??" என்று கேட்டார்.

"எஞ்ஜினீயர்.." என்று வாண்டு சத்தமாக கத்தினான். அவனோடு கூட, இன்னொரு பையனும், "பிலைட் எஞ்ஜினீயர்.." என்று கத்தினான்.

அவர் இருவரையும் மேடைக்கு அழைத்து, "என்ன ஆக போற..." என்று மறுபடியும் கேட்க, வாண்டு கொஞ்சமும் அசராமல் "எஞ்ஜினீயர்..." என்று சொன்னது.

'என்னடா இறைவா... என்னைய பார்த்து இவன் எதுவும் யோசிக்கிறானோ.. நம்ம இவனை டாக்டருக்கு ல படிக்க வைக்கணும்ன்னு நெனைச்சோம்..' என்று யோசித்தப்படியே கைத்தட்ட, வாண்டு மேடை ஏறி பாராட்டு பெற்ற குஷியில் என்னைப் பார்த்து பெருவிரல் காண்பித்து சிரித்தான்.

"ரைட்டு.. குட் ஜாப்..." என்று கண் காண்பித்துவிட்டு விழா முடிந்து பரிசுகளும் கூட வாங்கியபடி வீடு வந்து சேர்ந்தோம்.

வீட்டிற்கு வந்து சாப்பிட்டுக் கொண்டிருந்த போது மறுபடியும் அதே கேள்வியை கேட்டேன்.

"எஞ்ஜினீயர் ஆகப் போறியா தம்பி??"

"ஹ்ம்ம்... ஆமா..."

"நிஜமா தானா??? எஞ்ஜினீயர் ஆகி என்ன பண்ணப்போற..."

"எஞ்ஜினீயர்க்கு எல்லாம் ஒரு ஹெட் இருப்பாங்க ல.. அது மாதிரி ஆகப்போறேன்.." (இந்த இடத்தில் எனக்கு டாடா படம் நினைவு வந்தது... இவன் அந்த படம் பார்க்கலையே என்று யோசித்தபடி தொடர்ந்தேன்)

"ஹெட் ஆகி..."

"நிறைய காசு சம்பாரிச்சு உங்களுக்கு கார் வாங்கி கொடுப்பேன்..."

என்னால் அடுத்து எதுவும் பேசமுடியவில்லை. மெலிதாக சிரித்துக்கொண்டே சாப்பாட்டினை தொடர்ந்தேன்.

வீட்டில் கார் இருப்பதால், நாங்கள் தனியாக கார் வாங்கவில்லை என்று அவனுக்கு சொல்லியிருந்தேன். 'ஊருக்கு நம்ம கார்ல போறோமா?' என்று கேட்கும்போது ஒரு முறை, "நம்ம கார் இல்ல... தாத்தா கார்... நமக்கு பைக் தான் இருக்கு..." என்று சொல்லியிருந்தேன்.

"நம்மளா சம்பாரிச்சு வாங்குனது பைக் மட்டும் தான்... நமக்கு வேணும்ன்னா நம்மளே சம்பாரிச்சு கார் வாங்கணும்" என்று உழைப்பை பற்றி

அறிவுறுத்தியிருந்தேன்.

வாண்டு அதையே மனதில் பிடித்துக்கொண்டது போலும்.

இன்னும் கொஞ்சம் நேர் வழியில் திசை திருப்ப வேண்டும்... நன்றாகவே பிரகாசிப்பார்கள்!♥?

வாண்டிற்காக இந்த நாட்குறிப்பு...

இவன்

கார்த்தி செளந்தர்

பிடிமானம்

இன்றைய உரையாடல்...

"நீங்க பிரியா??? உங்ககிட்ட பேசணும்.." என்று சகஊழியர் கேட்டார்.

"என்ன பிரச்சனை??" என்று வேலை சம்பந்தப்பட்ட பிரச்சனைகள் எது- வுமோ என்று கேட்டேன்.

"இல்ல பர்சனல்..." என்றார்.

"அப்போ மதியம் சேர்ந்து லஞ்ச் போலாம்...நேரத்துக்கு கிளம்பிடலாம்..." என்றேன்.

இருவரும் மதிய உணவு இடைவேளை முடிந்து திரும்பும் போது கொஞ்- சம் அவர் முகம் தெளிந்தது போல இருந்தது.

வேலை விஷயம் என்று உதவி கேட்டிருந்தால் நிச்சயம் எனக்கு இருந்த வேலைப்பலுவிற்கு நாளை பேசுவோம் அல்லது meeting invite வேண்டும் என்று கேட்டிருப்பேன்.

"வேலை இருக்குன்னு எங்கள்ட்ட சொல்லிட்டு ஒரு மணி நேரம் கஃபே போய் லஞ்ச் சாப்பிட்டு வரீங்க இல்ல..." என்று நண்பன் கலாய்த்தான் என்- றாலும் பதில் சொல்லாமல் புன்னகைத்துக் கொண்டேன்.

அநேக நேரங்களில் உள்பெட்டியில் உதவி கேட்டு, சந்தேகம் கேட்டு வருபவர்களிடம் கூட நேரம் கிடைக்கும் போது, எனக்கு தெரியவில்லை என்றாலும் தேடி, விசாரித்து உதவி செய்கிறேன்.

அதற்கு காரணம் இருக்கிறது. நான் ஏற்றுக்கொண்ட பாத்திரம் இன்- னதென்று எனக்குத் தெரியும் என்பதால் நான் போராடும் போராட்டங்களும் எனக்கு தெளிவாக தெரியும். ஆனால் என்னிடம் வருபவர்களுக்கு என்ன பிரச்சனை, அவர்கள் மனதளவில் என்ன யுத்தம் செய்து கொண்டிருக்கிறார்- கள் என்று எனக்கு தெரியாது என்பதால், "கொஞ்சம் பேசணும்.." என்றதும் அதற்கான முக்கியத்துவத்தை கொடுத்துவிடுகிறேன்.

ஏற்கனவே போராட்டங்கள், மனஉளைச்சல்கள், பிரச்சனைகள், என்னை கவனித்துக் கேட்க எவரும் இல்லையா என்று உடைந்து போய் இருக்கிறவர்- களுக்கு அப்படியான "listening ears" கிடைப்பது மிகப்பெரிய ஆறுதல்.

இன்னும், "உன்கிட்ட சொல்லணும்னு தோணுச்சு... மற்றபடி வேற ஒண்- ணுமில்ல..." என்று கூட தான் சொல்ல வேண்டிய செய்தியை மட்டும் சொல்லிவிட்டு கடந்து செல்பவர்களும் உண்டு. அதில் கிடைக்கும் ஒரு வித இதமான உணர்வை அனுபவித்தால் மட்டுமே புரியும்.

அதை நான் உணர்ந்துள்ளேன், அனுபவித்துள்ளேன். எங்கள் வீட்டில் இன்று வரை அந்த பழக்கம் உண்டு.

திடீரென அலைபேசியில் அழைத்து, "பிரியா இருக்கியா... ஒரு பிரச்- சனை... கொஞ்சம் பிரேயர் பண்ணிக்கோ..." என்று நானும் கேட்டிருக்கி-

றேன், உடன்பிறப்பும் கேட்டிருக்கிறான்.

அப்படியான அழைப்புகள், வேண்டுதல்கள் பலன் தருமா தராதா என்ற வாதத்திற்குள் நான் போகவில்லை.

ஆனால், நான் அழைத்ததும் எனக்காக எதிரில் ஒரு குரல், "சொல்லு..ஒன்னும் இல்ல... சமாளிக்கலாம்... நான் ஹெல்ப் பண்றேன்..." என்று கேட்கிறது அல்லவா, அது தான் அந்த சூழலில் நமக்கு மிகப்பெரிய தெம்பு.

அதனை ஒருவருக்கும் ஒரு காலத்திலும் கொடுக்காமல் இருந்துவிடாதீர்-கள்.

சோர்ந்து போய் நிற்பவனுக்கு, சற்றே தெம்பு, கொஞ்சம் ஆறுதல், ஒரு சிறு தெளிவு தரும் இடத்தில் எப்போதும் இருந்துவிடுங்கள்.

நமக்கு பிரச்சனை அது எப்போவும் இருக்கும்... ஆனால் உங்களை ஆதரவிற்கு, பிடிமானத்திற்கு என்று தேடிவந்தவர்கள், எழுந்து வந்துவிடு-வார்கள்.

அது வாழ்க்கையை அழகாக மாற்றிவிடும்.

இவண்

கார்த்தி செளந்தர்

பல்லாவரம் போகுமா?

இன்றைய மெட்ரோ மனிதர்கள்....

மெட்ரோவில் ஏறியவுடன் மூளை அவசரமாக காலி இடத்தைத் தேட, ஒரு வரிசையில் மொத்தமாக நடுத்தர வயது பெண்கள் மட்டுமே அமர்ந்தி- ருக்க, அதில் கடைசியாக நானும் சென்று அமர்ந்தேன்.

தோளில் இருந்த லேப்டாப் பையை நகர்த்தி மடிக்கு கொண்டு வந்தபடி சரியாக அமர, அருகே அமர்ந்தவர் அலைபேசி தெரிந்தது.

அதில் ஒரு குண்டு பெண் பெரிய தட்டில் பிரியாணி போல ஒரு உணவு வகையை சாப்பிட்டுக்கொண்டிருந்தார்.

சாப்பாடு சாப்பிடுவது மட்டுமே ரீல்ஸ் எடுத்து போடும் கூட்டமும் இருக்- கிறது தானே என்று பார்வையை எனது அலைபேசிக்கு திருப்பினேன்.

வழக்கம் போல மின்னஞ்சல், புலனம், முகப்புத்தகம் என்று ஓர் சுற்று வலம் வர, வெவ்வேறு கூட்டம் மாறி மாறி அமர்ந்தது. நானும் என்னருகில் அமர்ந்திருந்த பெண்மணியும் மட்டும் அப்படியே இருக்கே, பரங்கிமலையில் எல்லோரும் இறங்கிவிட்டனர்.

எல்லோரும் இறங்குவதையும் நான் மட்டும் அப்படியே அமர்ந்திருப்- பதையும் பார்த்தவர்,

"இந்த ட்ரெயின் திரும்ப ஆலந்தூர் போகுமா..." என்று கேட்டார்.
"நம்ம ஆலந்தூர்ல இருந்து தான் வர்றோம்... நீங்க எங்க போகணும்..." என்று கேட்டேன்.
"இல்ல... நான் ஏர்போர்ட் போனும்... ரீல்ஸ் பார்த்துட்டே ஸ்டேஷன் விட்- டுட்டேன்..." என்று அசடு வழிந்தபடி சிரித்தார்.
"ஒன்னும் பிரச்சனை இல்ல... அடுத்து ஆலந்தூர் ல இறங்கி பிளாட்பாரம் மாறி ஏர்போர்ட் ட்ரெயின் ஏறிடுங்க..." என்றேன்.
"ஆலந்தூர் ஸ்டேஷன் ல இருந்து வெளிய போக எப்படி வழி?" என்றார்.
"கூட்டம் இறங்குற பக்கமாவே போங்க... தரைத்தளம் போய்ட்டா வெளியே exit போட்ருக்கும்... போய்டலாம்..ஆனா நீங்க ஏர்போர்ட் தான போக- னும்?" என்று கேட்டேன்.
"இல்ல எனக்கு பல்லாவரம் போகணும்... இங்க இந்த பிளாட்பாரம் எல்லாம் மாறி மாறி போறது தெரியல... நான் வெளிய போய் பஸ்லயே போயிடு- றேன்..." என்றார்.
அதற்குள் வண்டி பரங்கிமலையில் இருந்து கிளம்ப ஆரம்பித்துவிட,
"அப்படி எல்லாம் ஒண்ணுமில்லங்க... ஐஞ்சு நிமிசத்துல பிளாட்பாரம் மாறினா ஏர்போர்ட்ல இறங்கிக்கலாம்... நீங்க பஸ்ல போனா எப்படியும் ஒரு மணி நேரம் வேஸ்ட் தான்... தயங்காம யார்கிட்டயும் கேளுங்க... அங்க இருக்குறவங்க ஹெல்ப் பண்ணுவாங்க..." என்று சொல்லி ஆலந்தூ-

ரில் அனுப்பி வைத்தேன்.

என் பேச்சு கொடுத்த நம்பிக்கையில் ஏர்போர்ட் சென்றாரா அல்லது பயந்து பஸ்ஸில் சென்றாரா தெரியவில்லை.

நேற்றும் ஒரு பெண்மணி என்னோடு கூட வந்து நின்று, "இந்த ட்ரெயின் சென்ட்ரல் போகுமா?" என்று கேட்டார்.

"இல்லங்க... இது பரங்கிமலை போகுது... ஆனால் ஒரு ஸ்டேஷன் தான்... நீங்க திரும்ப சென்ட்ரல் போகலாம் இந்த ட்ரெயின்லயே..ட்ரெயின் வரும் வெயிட் பண்ணுங்க..." என்றேன்.

"இல்லைங்க... நான் கொஞ்சம் சீக்கிரம் போகணும்..." என்றார்.

"நீங்க நாலு தளம் கீழ இறங்கி திரும்ப நாலு தளம் மேல ஏறி அந்த பக்கம் போய் நிக்கணும்.. அதுக்கு இந்த ட்ரெயின்ல நீங்க ஐஞ்சு நிமிஷம் உட்கா-ரலாம்..." என்றேன்.

அவர் முகத்தில் திருப்தி இல்லை. அந்த ஐந்து நிமிடத்தை குறைக்க எண்ணி என்னைப் பார்க்க, "அந்த லிப்ட்ல போங்க... சீக்கிரம் போய்ட-லாம்..." என்று கை காண்பிக்க அந்த பெண்மணி வேகமாக ஒரு நன்றி சொல்லியும் புன்னகை சிந்திவிட்டு ஓட்டமும் நடையுமாக அங்கே சென்றார்.

அவரை கவனித்து சற்று யோசித்த பின்பே புரிந்தது, அவர் எஸ்கலேட்டர் பயன்படுத்தாமல் படி ஏறி வந்துள்ளார். மின்தூக்கி என்றால் கூடவே ஆட்கள் துணைக்கு இருப்பார்கள், நாம் எந்த பொத்தானையும் அழுத்த வேண்டாம் என்று யோசித்து ஓடுகிறார்.

இரண்டு பெண்மணிகளும் நன்கு படித்தவர்கள் தான். முகத்தில் படித்த களை தெரிந்தது. அவர்களது கைப்பை, நடை உடை பாவனை எல்லாம் அவர்கள் வேலைக்கு செல்லும் பெண்மணிகள் என்றும் உணர்த்தியது.

வெளியுலகம் பார்க்காதவர்கள் அல்ல என்றாலும் புது விடயங்களை கற்-றுக்கொள்ள ஒரு தயக்கம்.

எந்த பக்கம் போக வேண்டும், எந்த பிளாட்பாரம் தேர்ந்தெடுக்க வேண்-டும் என்று ஒவ்வொரு மெட்ரோ ஸ்டேஷனிலும் ஆங்காங்கே அத்தனை குறிப்பீடுகள் கொடுத்தும் அவர்களுக்கு தயக்கம் மற்றும் தடுமாற்றம்.

மெட்ரோ என்றால் ஏதோ பெரிய நவீனமயம் என்று பிரம்மிப்போடு பார்த்து, அதை பயன்படுத்தாமல் விலகிச் செல்லும் கூட்டமே அதிகமாக இருக்கிறார்கள். அப்படி விலகிப்போகும் கூட்டத்தில் ஒருவர், அதனை சரி-யாக பயன்படுத்த முயற்சிக்காமல் இன்னொருவர். 'நான் போக வேண்டிய இடத்திற்கு மெட்ரோ எல்லாம் சரியா வருமா தெரியலங்க' என்ற நிலையில் தான் சிலர்.

நம்ம போற இடம் நமக்கு தெரியும், அப்போ நாம் போக வேண்டிய இடத்திற்கு எந்த ரயில் போகும் என்ற கேள்வி வேண்டும். அது தெரிந்த பின், அந்த ரயில் எந்த பிளாட்பாரம் என்ற கேள்வி வேண்டும். பதில் வந்-தபின் பிளாட்பாரம் போக எந்த வழி என்று கேட்க வேண்டும்.

ஆனால் இங்கே அவர்கள் கேள்வியை அவர்களுக்குள்ளேயே சரியாக frame செய்யவில்லை. பல்லாவரம் போனும், எந்த ட்ரெயின் போகும் என்று யோசித்தால் அல்லது அதை பிறரிடம் கேட்டால், "இந்த ட்ரெயின்க்கு பல்லாவரம் ஸ்டேஷன் கிடையாது..." என்ற பதில் தான் வரும்.

"ஏர்போர்ட் போய் அங்கிருந்து ஆட்டோ இல்ல பஸ் ல போங்க"ன்னு சொல்ற அளவிற்கு அதிகமாக மக்களுக்கு பொறுமை இருக்காது... அவர்களும் ஓடிக்கொண்டு தான் இருக்கின்றார்கள் என்பதை நாம் கணக்கில் கொள்ள வேண்டும்.

ஒரு புது விடயத்தை கற்றுக்கொள்ள, ஏன், எதற்கு, அதன் பின்பே எப்படி என்ற கேள்வி வரும் என்பது சரி தான். ஆனால் அந்த "எப்படி?" என்ற கேள்விக்குள் நாம் நிறைய "எப்படிக்கள்" போட்டு பிரித்து கற்றுக்கொண்டால் மட்டுமே உருப்படியாக ஒரு விடயத்தை கற்றுக்கொண்டு அதனை நமக்கு பிரயோஜனமாக பயன்படுத்தவும் முடியும்.

சும்மா உட்கார்ந்து, "எப்படி னு கேட்டா சொல்லித் தர மாட்டேங்குறாங்க..." என்று அடுத்தவர் பக்கமே திருப்பி விடக்கூடாது.

கேள்விக்கு பதில் கிடைக்கவில்லை என்பதற்கு அர்த்தம் கேள்வி புரியவில்லை என்றல்ல, கேள்வியை மாற்றி கேட்க வேண்டும் என்பதே அர்த்தம்.

Ask and seek!!

Learn and explore!!

இவண்

கார்த்தி சௌந்தர்

ரெட்ரோ மனிதர்கள்

நேற்றைய மெட்ரோ அருகே நின்ற ரெட்ரோ மனிதர்கள்...

எப்போதும் ஸ்டேஷன் மாறும்போதும், வெளியேறி வண்டியை எடுக்கும்போதும் பெரிதாக கவனமில்லாமல் ஓட்டமும் நடையுமாக தான் செல்வேன்.

அதிலும் இன்றைக்கு வேலை நிமித்தம் கிண்டி சென்றதால், அங்கிருந்து ரயில் நிலையம் கடந்து மெட்ரோ நிலையம் வரவேண்டும் என்று துரிதமாக வெளியேறிக் கொண்டிருந்தேன். வெளியே நடந்து வர வர, பாடல் சத்தம் இசை வாத்தியங்களுடன் தெளிவாக கேட்டது.

பழைய பாடல் ஒன்றை அத்தனை ரசனையோடு ஆணும் பெண்ணுமாக இருவர் பாட, இன்னும் இருவர் இசையமைக்க, ஒருவர் அவர்கள் அருகே நின்றபடி கையில் ஒரு உண்டியல் வைத்து குலுக்கியபடி நின்றிருந்தார். இன்னுமிருவர் அவர்களோடு அமர்ந்திருந்தனர். அவர்களும் பாடுபவர்கள் என்று புரிந்தது.

"என் அண்ணன்" படத்தில் வரும் "நீல நிறம்" என்ற பாடலை தான் ரசித்து பாடிக் கொண்டிருந்தார்கள். (வீட்டிற்கு வந்தபின், கூகிளிடம் கேட்டு அந்த பாடல் இடம்பெற்ற படத்தின் பெயரை தெரிந்துகொண்டேன்)

அத்தனை ரசனையான குரல், மற்றும் எவருமே அவர்கள் பாடுவதை நின்று கேட்கவில்லை என்றாலும், அத்தனை அர்ப்பணிப்பு.

ஒரு விடயத்தை ரசிகர்கள் இல்லாமல், உற்சாகப்படுத்தும் கூட்டம் இல்லாமல், கை தட்டி ஆர்ப்பரிக்கும் மக்களை எதிர்பார்க்காமல் எப்படி திறம்பட நடுவீதியில் செய்ய முடியும் என்பதை அந்த பாடல் குழு எனக்கு சொல்லிக்கொடுத்தது.

ரோட்டில் இறங்கி நீ எதையாகிலும் முயற்சி செய்ய வேண்டுமானால், நிச்சயம் உனக்குள் மட்டுமே பாராட்டும் கைதட்டலும் உந்துதலும் வேண்டும் என்று பக்குவம் சொன்னது அந்த காட்சி.

அந்த இசைக்குழுவிற்கு அந்த பக்குவம் இருக்கிறது என்றே தோன்றியது. இல்லையென்றால், யார் நம்மை பார்த்தால் என்ன, பாராட்டு கிடைத்தால் என்ன, கிடைக்காமல் போனால் என்ன என்று பாடும் பக்குவம் வந்திருக்காது.

நல்ல குரல் வளம் அவர்கள் இருவருக்கும், அதோடு கூட மைக் செட்டில் திருமண வீட்டில் கேட்கும் சத்தத்திற்கு சற்றும் குறையாத சத்தம் தான் அவர்களை கடக்கும்போது எனக்கு கேட்டது.

கையில் வைத்திருந்த உண்டியலை அவர்களுடன் நின்றிருந்தவர் குலுக்கிகொண்டிருக்க, ஒரு சிலர் அவருக்கு அதில் காசுகள் போட்டு கடந்து சென்றனர்.

நான் வெறுமனே பாட்டை ரசித்தப்படி கடந்து சென்று மெட்ரோ உள்ளே நுழையப்போக, மனசாட்சி அனுமதிக்காமல் மறுபடியும் திரும்பி நடந்து வந்-தேன்.

எனது தோள்பையைத் திறந்து நூறு ரூபாய் தாள் ஒன்றை எடுத்து அந்த உண்டியலுக்குள் போட முயற்சி செய்ய, அந்த உண்டியலின் துவாரம் காசு-கள் போடும் அளவிற்கு சின்னதாக இருந்ததால் இன்னும் கொஞ்சம் அழுத்-தம் கொடுத்து திணிக்க, கையில் உண்டியலை பிடித்தவர் நான் கொடுத்த அழுத்தத்தில் அதனை தொட்டு, உள்ளே போடும் முயற்சி செய்தார்.

அவர் கையில் ரூபாய் நோட்டு பிடிப்பட்டது என்ற திருப்தியுடன் நான் நகர எத்தனிக்க, அவர் தன் கையில் அகப்பட்ட ரூபாய்த் தாளை தடவிப் பார்த்ததும் அவசரமாக எதிரே நிற்பவர் யார், அவர் இன்னும் நிற்கிறாரா கடந்துவிட்டாரா, அவர் தவறுதலாக கொடுத்துவிட்டாரோ என்று தலையை அங்குமிங்கும் திருப்பினார்.

புன்னகைத்தபடி அங்கிருந்து திரும்ப மெட்ரோ நோக்கி நடக்க ஆரம்பித்-தேன். ஏனென்றால் அந்த இசைக்குழுவில் எவருக்கும் பார்வை கிடையாது.

சில்லறைகளை குலுக்கிக் கொண்டிருந்தவர் ரூபாய்த் தாள் என்று புரிந்து அதை விரித்து தொட்டு தடவிப் பார்த்து அது பத்து ரூபாய் அல்ல என்று அவசரமாக அங்குமிங்கும் நிமிர்ந்து பார்த்தபோது புரிந்தது, இந்த இசைக்கச்-சேரிக்கு மக்கள் இன்னமும் பிச்சை தான் போடுகிறார்கள் போல...

ஒரு இசைக் கச்சேரி என்றால் ஆயிரக்கணக்கில் செலவு செய்து, முன்-பதிவுகள் செய்து அந்த இசையை ரசிக்கும் நாம் தான் இத்தனை அழகான குரல்வளமும் அர்ப்பணிப்பும் கொண்டவர்களை பாட்டு பாடி பிச்சை எடுப்-பவர்கள் என்று கடந்து செல்கிறோமா என்று ஆச்சர்யம் மற்றும் கண்டனம் என்னிடத்தில்..

என் நிலைப்பாடு அந்த நேரத்தில் ஒன்றே ஒன்று மட்டும் தான். தியேட்-டர் சென்று படம் பார்க்க, காசு செலவழிக்கிறோம், கிரிக்கெட் மேட்ச், இசைக் கச்சேரிகள் என்று நான் விரும்பும் ரசிக்கும் கூட்டங்கள் எதற்கும் நான் இலவச அனுமதியில் நுழைய முடியாது.

இவர்கள் கச்சேரியும் எனக்கு அப்படியே. அவர்கள் இசையை ரசித்து அனுபவிக்க, நான் செலுத்திய கிரயம் அந்த ரூபாய்.

உண்மையில் ரொம்ப நல்லா பாடினாங்க... நீங்களும் இப்படியான இசைக் கச்சேரியை எதிர்கொண்டால் தயவு செய்து பிச்சை போட்டு அவர்-களை அசிங்கப்படுத்திவிடாதீர்கள்.

எதையும் செய்யாமல் நம்மிடம் காசு கேட்பவர்கள் தான் பிச்சை கேட்-பவர்கள் ஆவர். இவர்கள் ஒரு முழு இசைக்குழு செயல்படுவது போல அத்தனை அர்ப்பணிப்போடு பாடுபவர்கள் என்பதால் உங்களால் முடிந்தால் அந்த இசைக் கச்சேரியை கேட்டு ரசித்ததற்கு அவர்களுக்கு கிரயம் செலுத்-துங்கள் அல்லது அவர்களை ஒரு வார்த்தை பாராட்டுங்கள். இல்லையா,

இலவசமாக கேட்டுவிட்டு கடந்துவிடுங்கள். அதுவே அவர்கள் அர்ப்பணிப்-
பிற்கு நீங்கள் செய்யும் மரியாதை!!

    இவன்

கார்த்தி சௌந்தர்

அப்பாவும் மகனும்

இன்றைய மெட்ரோ மனிதர்கள்...

'அதே டெய்லர் அதே வாடகை' என்று பார்த்திபன் வடிவேலுவிடம் சொல்வது போலவே இன்றைக்கும் அதே மெட்ரோ ஸ்டேஷன் என்று மனதில் பதிய வைத்துக்கொள்ளுங்கள்.

வெள்ளிக்கிழமை என்பதால் இன்றைக்கு கூட்டம் கொஞ்சம் குறைவு தான். பெட்டிகளில் தாராளமாக இடம் இருந்தது.

நான் அமர்ந்து, என்னருகில் நன்றாக இடைவேளை விட்டு இன்னொரு நபர் அமர, திருமங்கலம் வரை நன்றாகவே சாவகாசமாக அமர்ந்து வந்-தோம்.

திருமங்கலத்தில் கூட்டம் கொஞ்சம் வர, நானும் அந்த நபரும் நெருங்கி அமர்ந்துகொண்டோம். அவருக்கு 28-30 வயதிற்குள் இருக்கலாம். அதற்கு மேல் இருக்க வாய்ப்பு இல்லை.

நான் எப்போதும் போலவே அலைபேசியில் மின்னஞ்சல் பார்க்க, அவர் தனது பையை திறந்து பாட்டில் ஒன்றை எடுத்து குலுக்க ஆரம்பித்தார்.

வெயில் காலம் என்பதால் மோர் எதுவும் குடிப்பார் போல என்று நினைத்தப்படி என் வேலையை நான் தொடர, அவரும் பொறுமையாக அருந்தி முடித்தார்.

பாதி பாட்டில் காலியான போது அது மோர் அல்ல என்று புரிந்தது. நிறத்தை வைத்து அரிசி கஞ்சியாக இருக்கலாம் என்று யோசித்தப்படி அமர்ந்-திருக்க, அவசரமாக அலைபேசியை பாண்ட் பாக்கெட்டில் இருந்து நெளிந்-தபடி எடுத்தவர் எவருக்கோ அழைப்பு விடுத்தார்.

"ப்ப்பா...மோட்டார் ஆப் பண்ணிட்டியாப்பா..." என்று அவர் குரல் என் காதருகே கேட்டது. ஆம் இடது கையில் அலைபேசி வைத்திருந்தபடியால் எனக்கு அவர் பேசிய தொனி நன்றாக கேட்டது.

இரண்டு வாக்கியங்கள் மட்டுமே கேட்டேன் அவரது அந்த அலைபேசி அழைப்பில்..

"ப்ப்பா...மோட்டார் ஆப் பண்ணிட்டியாப்பா..."
"சரிப்பா.."

அவ்வளவு தான் அந்த அழைப்பில் அவர் அவரது தந்தையுடன் பேசி-யது. ஆனால் என்னை வெகுவாக ஈர்த்தது, அவரது தந்தையிடம் பேசிய தொனி தான்.

அத்தனை மென்மையாக நான் என் அப்பாவிடம் பேசுவேனா என்றால், மெட்ரோ உள்ளே இருந்தாலும் மென்மையான குரல் வராது. என் குரலில் உரிமை தொனி தான் முதலில் இருக்கும், மரியாதையின் தொனி அதை பின்தொடரும். அதனால் தான் தெரியாதவர்களிடம் அதிகம் பேச மாட்டேன்.

நெருங்கிய வட்டம் என்றால் அதற்கு மாறாக இருப்பேன். ஆனால், அவர் பேசும்போது அவரது பேச்சில் முதலில் அப்பாவிற்காக மரியாதை இருந்தது அதன் பிறகே உரிமை தெரிந்தது/இருந்தது.

அதோடு கூட, வீட்டின் காரியங்கள் அவருக்குள் ஓடிக்கொண்டு இருக்-கிறது என்று புரிந்துகொள்ள முடிந்தது. வெகு சிலர் மட்டுமே வேலைக்கு என்று கிளம்பி வந்த பின்பும் வீட்டின் நிலவரம் பற்றி அறிவதற்கு முயற்சி எடுப்பார்கள் இவரைப் போல.

கண்ணுக்குத் தெரிந்த அந்த நபரும் கண்ணுக்கே தெரியாத அந்த பெற்-றோரையும் உணர்ந்த போது, அவர்களது குடும்பத்தில் இருக்கும் உறவின் நெருக்கம் புரிகிறது. அதோடு கூட நல்ல வளர்ப்பு என்றும் புரிந்தது. அதி-கமாக ஆண்கள் மேல் வைக்கும் குற்றச்சாட்டே, "இவன் வீட்ல தங்கவே மாட்டான், அவங்க அப்பாக்கும் அவனுக்கும் ஆகவே ஆகாது.." என்பது போன்றவை தான்.

அப்படியெல்லாம் இல்லாத, நெருக்கம் பாராட்டும் அப்பா-மகன் உறவுகள் எப்போதுமே என்னை ஈர்க்கும். அப்படித்தான் இவரும் என்னை ஈர்த்தார். என்னைவிட வயதில் சிறியவர் தான் என்றாலும், அவரது மென்மை, தகப்-பன் மேல் கொண்ட மரியாதை, வீட்டின் மேல் கொண்ட பொறுப்பு எல்லாம் யோசிக்கையில் அவன் இவன் என்று சொல்லத் தோன்றவில்லை. அவர் என்று மரியாதையாகவே அழைக்க அவருக்கு தகுதி இருக்கிறது.

சில விநாடிகள் பேசிய பேச்சில் இத்தனை உயர்த்தி பேசும் அளவு ஒருவரின் குணம் மற்றும் தன்மைகள் எல்லாம் தெரிந்துவிட்டதா என்று கேட்கலாம். ஒரு பதினைந்து இருபது வருடமாக வெளியுலக மனிதர்களை பார்க்கிறேன் என்பதால் கொஞ்சமாவது புரிந்துகொள்ளும்/தெரிந்துகொள்ளும் தன்மை எனக்கு இருக்கிறது என்றே நினைக்கிறேன். இது ஒரு சின்ன விட-யம், இதை இத்தனை பெரிதாக பிம்பப்படுத்தி எழுத அவசியமில்லை என்று கூட நினைக்கலாம். ஆனால், வாழ்க்கையில் இப்படியான சிறு சிறு புரிதல்-கள், உதவிகள், நினைவுறுத்தல்கள் தான் உறவுகளை நெருங்கிவரப் பண்-ணும்.

'மோட்டார் ஓடும்னு அவங்களுக்கு சத்தம் கேட்கும், அவங்க ஆப் பண்ணுவாங்க...' என்பதான யூகங்கள் எல்லாம் வெகுநாட்கள் ஒரு குடும்ப உறவை எடுத்துச்செல்லாது. சீக்கிரத்தில் சலிப்பு தட்டிவிடும், பின் அதில் விரிசல்கள் விழும். "ஆப் பண்ணிட்டியா?" என்ற சிறு கரிசனை கொண்ட கேள்வி அந்த பெற்றவர் மனதில் அந்த நாள் முழுவதும் வலம் வந்து கொண்டே இருக்கும் என்பது தான் உண்மை.

அதுமட்டுமல்ல, ஒரு முப்பது நிமிடங்கள் அவரை கவனித்தேன் என்ப-தால் அவரைப் பற்றி இன்னொரு தனிப்பட்ட விடயமும் தெரிந்துகொண்டேன் என்றாலும் அதனை எழுத விருப்பம் இல்லை. அது எனக்குள்ளேயே இருக்-கட்டும். அடுத்த முறை எப்போவாவது இந்த நாட்குறிப்பு எடுத்து வாசிக்-

கும்போது அவர் முகமும் அந்த விடயமும் எனக்கு நினைவு வரும். அது போதுமானது.

இவண்

கார்த்தி செளந்தர்

கும்போது அவர் முகமும் அந்த விடயமும் எனக்கு நினைவு வரும். அது போதுமானது.

இவண்

கார்த்தி செளந்தர்

கரடியா??காளையா??

கடந்த வாரம், ஆன்லைனில் ஒரு கேள்வி பிரபலமாக உலா வந்துகொண்-
டிருந்தது. அதனை எத்தனை பேர் கவனித்தீர்கள் என்று தெரியவில்லை,
ஆனால் அதில் ஒரு பதிவு என்னை வெகுவாக கவர்ந்தது. அதனை மட்டும்
பகிரலாம் என்று யோசித்தேன்.

ஆனால், இந்த பதிவிற்கான ஆண்கள் தரப்பு வாதம் கொண்ட இன்-
னொரு பதிவையும் பார்த்தேன். அதுவும் மிகச்சிறப்பாக இருந்தது. அதனை
நாளைக்கு பதிவிடுகிறேன்.

அந்த கேள்வி இது தான் - ஒரு அத்துவானக் காட்டில் உங்கள் மகளை
விடவேண்டிய சூழ்நிலை வந்தால், அவளை ஒரு கரடியுடன் விடுவது எளிதா
அல்லது முன்பின் தெரியாத ஒரு ஆணுடன் விடுவது எளிதா??

இந்த கேள்வி இன்னும் உருமாறி, ஒரு பெண் ஒரு ஆணுடன் இருப்பது
எளிதா அல்லது கரடியுடன் இருப்பது எளிதா என்று கேட்கப்பட்டுக்கொண்-
டிருந்தது.

அதில் ஆச்சர்யப்படும் விதமாக பெண்கள் கரடியுடன் இருப்பதே எளிது
என்று அதிகமாக பேசினார்கள். இந்த பதில் இந்திய பெண்களின் பதில்
மட்டுமல்ல, உலக அளவில் பெண்களின் பதில் அதிகமாக இதுவாகத் தான்
இருந்தது. இந்த பதிவு ஆண்களின் சலசலப்பிற்கு காரணமாகவும் அமைந்-
தது. பெண்களின் பதிலுக்கு ஆண்களின் வாதம் – 'கரடியை விட நாங்கள்
மோசமானவர்ளா?' என்ற என்பதே.

அப்படியான நிலையில் தான் ஒரு பெண் இதற்கு பதில் தரும்விதமாக ஒரு
பதிவு போட்டிருந்தார். முன் பின் தெரியாத ஒரு ஆணுடன் இருப்பதை விட
ஒரு கரடியுடன் இருப்பதே மேல் என்பதற்கு அவர் பத்து காரணங்கள் சொல்-
லியிருந்தார். அவை,

1. ஒரு கரடி என்னை இன்னொரு உயிராக மட்டுமே பார்க்கிறது.

2. கரடி தான் உண்மையில் தாக்கியதா, இவள் எதுவும் அந்த கரடியை
சீண்டினாளா என்று யாரும் சந்தேகிக்க மாட்டார்கள்.

3. கரடியின் நண்பர்கள் வந்து அதற்காக வாதாட மாட்டார்கள். 'பொதுவாக
நல்ல கரடி தான், இவள் தான் அதன் வாழ்க்கையில் குறுக்க வந்து அதை
பாழாக்கிவிட்டாள்' என்று சொல்லி என் பக்கம் திருப்ப மாட்டார்கள்.

4. கரடிகள் பெண்களை கடத்துவதில்லை.

5. கரடி என் உயிரைப் பறிக்கும் அல்லது என்னைத் தனியாக விட்டுவிடும்.
அதைத் தவிர வேறு எந்தவிதமான கொடூரமான காரியத்திலும் ஈடுபடாது.

6. கரடியின் குழந்தையைப் பெற்றெடுக்க நான் கட்டாயப்படுத்தப்படமாட்-
டேன்.

7. நான் நன்றாக இருப்பதன் மூலம் ஒரு தாக்குதலுக்கு அழைக்கிறேன்

என்று கரடி நினைக்காது.

8. கரடி ஏன் தாக்கக்கூடும் என்பதைப் புரிந்துகொள்வது எளிது.

9. கரடியால் தாக்கப்பட்டதை நான் விரும்பினேன் என்று யாரும் சொல்ல மாட்டார்கள்.

10. கரடி என்னைத் தாக்கியதற்கு என் உடையை யாரும் குறை சொல்ல மாட்டார்கள்.

இன்னும் சில சோகமான உண்மையான காரணங்களும் இருக்கிறது.

- நான் கரடி தாக்குதலில் இருந்து ஒரு வேளை தப்பித்தால், குடும்பக் கூட்டங்களில் இன்னும் பிற நிகழ்ச்சிகளில் அதே கரடியை மீண்டும் சந்திக்கும் வாய்ப்பு என்பதே இல்லை.

- கரடி முதலில் என் நண்பனாக நடிக்கவில்லை.

- ஒரு கரடி தான் செய்த தாக்குதலைப் பதிவுசெய்து மற்றவர்களுக்குக் காட்டாது.

இந்த தலைப்பு பல விவாதங்களை ஏற்படுத்தியுள்ளது என்பது உண்மை தான். பல ஆண்கள் பெண்களின் பதிலில் வருத்தப்படுகிறார்கள், 'நாங்கள் அப்படியல்ல' என்று வாதிடுகிறார்கள்' என்பதும் உண்மை தான். ஆனால் அவர்களின் எதிர்வினைகள் கரடியைத் தேர்ந்தெடுப்பதில் பெண்கள் பாதுகாப்பாக உணர்கிறார்கள் என்பதையே காட்டுகிறது.

ஆணுக்கும் கரடிக்கும் இடையே தேர்வு செய்யும்படி பெண்களிடம் கேட்கப்பட்டால், 10ல் 9 பேர் கரடியைத் தான் தேர்ந்தெடுக்கிறார்கள்.

இது பெரிய விஷயம் ஏனென்றால், பெண்கள் அத்தனை சுலபத்தில் ஒரே நேர்க்கோட்டில் யோசிக்க மாட்டார்கள். ஒரு சாதாரண அழகு சாதனப் பொருள் என்றால் கூட அவர்களுக்குள் வெவ்வேறு விருப்பங்களும் தேர்வுகளும் இருக்கும். ஒரு பாடல் ரசிப்பது, ஒரு நகப்பூச்சின் நிறம் தேர்வு செய்வது என்று சின்னச் சின்ன விடயங்களில் அத்தனை வித்தியாசம் காட்டும் பெண்கள் இந்த விடயத்தில் மொத்தமாக ஒரே மாதிரி சிந்தித்தனர். அதென்னவென்றால்,

ஒரு கரடி உயிரைப் பறிக்கும் அல்லது இறப்பதை விட மோசமான விஷயங்கள் உள்ளன என்பது புரிகிறது என்றாலும் அதில் இரண்டே நிலைகள் மட்டுமே. ஒன்று கரடி நமக்கு தீங்கு விளைவிக்கும் அல்லது புறக்கணித்து கடந்து சென்றுவிடும்.

இன்னும் கொஞ்சம் உடைத்துச் சொல்லவேண்டுமென்றால், கடந்த நான்கு ஆண்டுகளில், கரடிகளால் 7 பெண்கள் தங்கள் உயிரை இழந்துள்ளனர், மேலும் 15 பேர் கரடி தாக்குதல்களில் இருந்து தப்பினர். ஆண்களால் பாதிக்கப்படும் பெண்களின் எண்ணிக்கையுடன் ஒப்பிட்டுப் பார்த்தால், ஒன்று தெளிவாகத் தெரியும். கரடியுடன் நாங்கள் பாதுகாப்பாக இருக்கிறோம்.

"Sorry, not sorry!!" என்று அந்த பதிவை முடித்திருந்தார் அந்த பெண்.

அந்த பதிவில் பலரும் கருத்துக்களை இன்னும் பகிர்ந்த வண்ணமே இருக்கின்றனர்.

இதில் சொல்வதற்கு ஒன்றும் இல்லை என்ற நிலைப்பாடு என்னிடத்தில் இருந்தாலும், உணருவதற்கு அதிகம் இருக்கிறது என்றே தோன்றியது. ஆண் என்றால் எல்லா ஆண்களும் அப்படி அல்ல என்றாலும், சமூகத்தை சந்திக்கும் சூழலில் பெண் நிச்சயம் அந்த penalty யை ஏற்றுக்கொள்ளவைக்கப்படுகிறாள் என்றே தோன்றியது.

வளர்ந்த நாடுகளின் பெண்களின் பதிவும் கருத்துக்களுமே இப்படியிருக்க, நாம் இன்னும் அதிகம் முன்னேற வேண்டும், இன்னும் கொஞ்சம் விசாலமான பார்வை பார்க்கவேண்டும், நம் பெண்களை இன்னும் கொஞ்சம் திடப்படுத்த வேண்டும், நம் வீட்டு ஆண்களை இன்னும் கொஞ்சம் அறிவுறுத்தியே வளர்க்க வேண்டும் என்று தோன்றுகிறது.

இவண்
கார்த்தி சௌந்தர்

நட்பு ஒப்பந்தம்

Manjummel Boys பார்க்கலாம் வான்னு ரெண்டு வாரமா வீட்டுல பிராண்டிட்டு இருந்தாங்க.

எனக்கு அத்தனை விருப்பம் இல்லை என்பதால் தட்டிக்கழித்துக் கொண்டே இருந்தேன்.

இன்றைக்கு கொஞ்சம் மூஞ்சி மாறிருச்சு...

"இந்தாம்மா... இப்படி வா..." என்று அழைத்தேன்.

"என்ன சொன்னீங்க??"

"சரிங்க அம்மணி இங்க வாங்க..." என்று அழைத்து அருகே அமரவைத்து, "என் நண்பனுக்கு கல்யாணம் ஆகி எவ்ளோ நாள் ஆச்சு??" என்று கேட்-டேன்.

யோசிக்காமல் பத்து வருடம் என்றார்.

"ஹ்ம்ம்... இப்போ நீ என்ன பண்ற... அப்படியே அந்த காத்தாடிய மேலாக்க பார்த்த மாதிரி அந்த பத்து வருசத்துக்கு முன்னாடி என்ன நடந்-துச்சுனு கொஞ்சம் யோசிச்சு சொல்லு..." என்றேன்.

"என்ன நடந்துச்சு...உங்க நண்பன் காதலிக்க நீங்க ஹெல்ப் பண்ணதும் இல்-லாம என்னையும் சேர்த்து திருட்டு வேலை பார்க்க வச்சீங்க...அது தான் நடந்துச்சு..." என்றார்.

"Everything is fair in love and war you know..."

"மூஞ்சி... வீட்ல பார்த்து நிச்சயம் பண்ணின பொண்ண திருட்டுத்தனமா பார்த்துட்டு பழமொழி வேற..."

"என்னவோ ஒன்னு..."

"திருட்டு திருட்டு தான்..."

"ரைட் விடு... திருட்டு னு வச்சுக்குவோம்..."

"வச்சிக்க எல்லாம் இல்ல.. திருட்டு தான்...அந்த புள்ளய பார்க்கிறதுக்கு பாய்ஸ் டிம்மா போக முடியாது ன்னு என்னைய வேற இழுத்துட்டு போனீங்க..."

"சர்ர்ர்ரி... அப்போ திருச்சியவே நம்ம ஒரு ரவுண்டு அடிச்சோம்... ஞாபகம் இருக்கா???"

"ஆமா... அந்த புள்ள காலேஜ் கட் அடிச்சுட்டு வந்துச்சு... நம்ம அங்கே-ருந்து கோவிலுக்கு போய்ட்டு, கல்லணை போயிட்டு, அப்புறம் பார்க் எல்-லாம் போய்ட்டு அப்படியே..."

"போதும்... இவ்ளோ விவரமா வேண்டாம்... கல்லணை போகும் போது அங்க பேசுனது எல்லாம் ஞாபகம் இருக்கா???"

"அவ்ளோ டிடெயில்லா இல்லையே..." என்று யோசிக்க

"என்னைய திட்டிருந்தா, நான் எதுவும் தப்பு பண்ணிருந்தா ஞாபகம் இருக்-

கும் என்ன???"

"ஆமா.. கண்டிப்பா... நீங்க என்னோட முழு பொறுப்பு ல..."

"ஓஹோ..நான் உன்னோட பொறுப்பு???"

"Definitely definitely..."

"ஹ்ம்ம்.. அப்போ உனக்கு ஞாபகம் இருக்கும்... யோசிச்சு சொல்லு... அன்-
னைக்கு கல்லணை ல நின்னு தண்ணி ஓடுறத பார்த்துட்டு இருந்தோம்...
அப்போ என் நண்பனை பார்த்து, 'மச்சான் இங்கேருந்து நான் தவறி விழுந்-
துட்டா என்னடா பண்ணுவ'ன்னு கேட்டேனா???"

"ஆமா...ஞாபகம் இருக்கு..." என்று சிரிக்க ஆரம்பித்துவிட்டார்.

"என்ன சொன்னான் என் நண்பன்... கொஞ்சம் உரக்க சொல்லு..." என்று
புன்னகைத்த படி கேட்க,

"யோசிக்காம நானும் குதிச்சுருவேன் மச்சான்... உன்னைய காப்பாத்துறது
எல்லாம் அப்புறம்... ஆனா உன் வீட்டுக்கு பதில் சொல்லணும் ல... அதுக்கு
உன்கூடவே விழுந்து எப்படியாச்சும் உன்னைய இழுத்துட்டு உன்னோட எந்-
திரிச்சி வந்துருவேன் இல்லையா உன்னோடயே போக வேண்டியது தான்னு
சொன்னாரு..." என்று விழுந்து விழுந்து சிரித்தார் அன்றைய நாளின்
நினைவில்.

"எதுக்கு இவ்ளோ சிரிப்பு?"

"இல்ல... அன்னைக்கு அந்த புள்ள அவர் ஏதாச்சும் டயலாக் பேசுவார்னு
எதிர்பார்த்துந்திருக்கும்... நீங்க ரெண்டு பேரும் காமெடி பண்ணிடீங்க..."

"காமெடி எல்லாம் இல்ல... நான் விழுந்தா அவன் குதிப்பான்... என்னைய
காப்பாற்ற கடைசி வரை போராடுவான்... ஏன்னா அவனோட எப்போ
நான் வெளிய போனாலும் நான் அவனோட பொறுப்பு, அவன் என்னோட
பொறுப்பு... இது கண்ணுக்கு தெரியாத, உணர மட்டுமே முடிந்ததான நட்பின்
ஒப்பந்தம்.... எல்லாருக்கும் அமையாது... ரொம்ப ரொம்ப rare cases தான்
இப்படி அமையும்... அதாவது இவ்ளோ பிடிப்பு ஒரு நட்பில் இருக்குன்னா,
இதுக்கு முன்னாடி கூட இப்படியான நெருக்கடியை அந்த நட்பு சந்திச்-
சிருக்கு னு அர்த்தம்... இவ்ளோ ஏன்... நான் என் நண்பனுக்கு எப்போ
கல்யாணம் ஆச்சுன்னு தான கேட்டேன்...பேரே சொல்லலியே... நீ எப்படி
சரியா புரிஞ்சுக்கிட்ட..."

"ஹ்ம்ம்.."

"இதெல்லாம் ஆண்கள் நட்பில் அதிகம் நடக்கும்...ஆனால் வெளிய
வராது... எங்களுக்கு இவ்ளோ நெருக்கம் இந்த நட்பில் இருக்குன்னா
அதுக்கு காரணம் இருக்கு..."

"ஹ்ம்ம்.. சொல்லிருக்கீங்க... மூணார் ட்ரிப்..."

"ரைட்... அன்னைக்கு யானைக்கு அடில சாணியா மாராம திரும்பி வந்-
தோம் இல்லையா... அன்னைல இருந்து இப்போ வரைக்கும் அந்த நெருக்-
கமும் நட்பும் இருக்கு...இதே தான் அந்த படமும் சொல்லுது..."

"ஹம்ம்..."

"நட்புல நிறைய சேட்டைகள் இருக்கும்... அந்த சேட்டைகள் அந்த உறவின் நெருக்கத்தில் மட்டுமே வெளிப்படும்... அப்போ எதிர்பாராம ஏதாவது அசம்-பாவிதம் நடந்தா மொத்தமா அந்த நட்பு கேள்விக்குறியா மாறிடும்...அது ஒரு வலி... அதை பார்க்க முடியாது...உனக்கு அந்த படம் பார்க்கணும் னு தோணுது... எனக்கு எதிர்பாராம நடந்த அந்த அசம்பாவிதத்தால அவங்க யாருமே அதற்கு அப்புறம் சந்திச்சுக்கல னு தோணுது... அவங்க குடும்பங்-கள் எப்படி எல்லாம் யோசித்திருக்கும் னு தோணுது... அதனால..."

"அதனால???"

"ஒண்ணுமில்ல... படம் பார்ப்போம்... வேற வழி இல்லையே..."

"ஓகே டன்.."

மூச்சுப்பிடிக்க பேசி ஒன்னும் பிரயோஜனம் இல்ல என்று படம் பார்த்-தேன்.

எனக்கு அந்த நண்பனை காப்பாற்றி கொண்டுவந்து கொடுத்தபின் வீட்-டில் திட்டுவார்களே அது தான் மனதில் நின்றது.

மற்றபடி, உண்டான காயமெல்லாம் தன்னாலே மாறிப் போகும் மாய-மென்ன என்று எனது வாழ்வில் நடந்தவை தான் ஓடிக்கொண்டிருந்தது.

Boys are boys!!

Men are men!!

ஒவ்வொரு நட்பு வட்டத்திலும் இப்படி மறக்க முடியாத நிகழ்வு என்ற ஒன்று இருந்துகொண்டே தான் இருக்கும்.

புது ட்ராலி புது வாலி

இன்றைய மெட்ரோ மனிதர்கள்...

திங்கட்கிழமை என்பதால் இன்றைக்கு என்னவெல்லாம் வேலை, இந்த வாரம் என்னவெல்லாம் முடிக்கவேண்டும் என்ற பட்டியல் தான் மனதிற்குள் ஓடிக்கொண்டிருந்தது என்பதால் பெரிதாக இன்றைக்கு கவனம் சக மனிதர்கள் மேல் இல்லை எனக்கு!!

கண்ணில் மட்டும் சிக்கும் காட்சிகள் மறந்து போய்விடும்.. சில காட்சிகள் மட்டுமே கண்ணைத் தாண்டியும் சென்று இதயத்தில் சிக்கிக்கொள்ளும். அப்படியான காட்சி தான் இன்றைக்கு நான் பார்த்தது.

மெட்ரோவில் இருந்து இறங்கி வெளியே வரும்போது நான் கண்ட காட்சி, அந்த காட்சியை தொடர்ந்து காண வைத்தது.

கொஞ்சம் வெயில் அதிகம், காலையிலும் உணவு எடுத்துக் கொள்வதில்லை, என்பதால் அவ்வப்போது சர்பத் அல்லது ரோஸ்மில்க் எடுத்துக்கொள்வேன்.

மனதிற்குள் அழுதபடி 'உனக்கு தினைக்கும் அம்பது ரூவா என்ன?' என்று என்னை நானே வறுத்துக்கொண்டு திரும்பிய வேளை, ஒரு மனிதர் தனது வேஷ்டியை மொத்தமாக அவிழ்த்து, ஒரு முறை உதறி பின் மறுபடியும் இடுப்பில் சுற்றுக்கொள்ள, அவரை இரண்டு பெண்கள் புன்னகையோடு பார்த்துக்கொண்டு கடந்து சென்றனர்.

எனது ரோஸ்மில்க் குடித்துவிட்டு அவர்களை நானும் பின் தொடர, வேஷ்டியை நன்றாக கட்டி முடித்து, மறுபடியும் முழங்கால் வரை மடக்கி கட்டியவர், கையில் ஒரு ட்ராலி தூக்கிக்கொண்டு நடக்க, அவருக்கு முன் அவரது மகள் ஒரு தோள் பையை மாட்டிக்கொண்டு நடந்தாள். அவரது மனைவி, ஒரு புது வாலியை தூக்கிக்கொண்டு நடந்தார்.

அவர்கள் மூவரையும் ஒரு ஐந்து நிமிடங்கள் பொறுமையாக பின் தொடர்ந்தேன்.

இன்றைக்கு தான் ஊரில் இருந்து கிளம்பி வந்திருக்கிறார்கள் போல, அதுவும் மகளுக்காக, அவளின் அடுத்தகட்ட வாழ்க்கை பயணத்திற்காக.

சர்வநிச்சயம், அவர்களின் முகக்கலையையும் அவர்கள் உடைகளும் தமிழ் தான் என்று அடித்துச் சொல்லியது. அதோடு கூட இன்னும் நிறைய விடயங்களை பட்டியலிட்டது மனது.

முதன்முறையாக மகளை அழைத்துவந்து தனியாக விடப்போகிறார்கள்.

அவர்களுக்கு தெரியாத திசைகளை மகள் சொல்லச் சொல்ல, அவளது வழியில் அப்பாவும் அம்மாவும் நடந்து செல்கிறார்கள்.

எனக்குத் தெரிந்து அவர்கள் வீட்டில் மகளுக்கு என்று முதன்முறையாக நான்கு சக்கரங்கள் கொண்ட ட்ராலி வாங்கியிருக்கிறார்கள் போல. அதன்

கவரைக் கூட அவர்கள் சரியாக பிரிக்கவில்லை.

எந்த ஒரு கள்ளம் கபடம் இல்லாமல், கழுத்தில் ஒரு கருப்பு கயிறு, காதில் ஒரு பிளாஸ்டிக் தோடு, முகத்தில் கருப்பு அல்லது கருப்பாக மாறிய வெள்ளி மூக்குத்தி என்று கருப்பு நிறத்தழகியாக அந்த மகள், அவளுக்கு சற்றும் குறையாமல் ஒரு தாலிச்சரடோடு கூடிய ஒரு சின்ன சங்கிலியுடன் தாய், வேஷ்டியின் கம்பீரம் மட்டுமே அலங்காரமாக ட்ராலியை தூக்கிக்-கொண்டு அவர்களை பின்தொடர்ந்த தகப்பன் என்று நடந்தவர்கள், படியி-றங்கி தரைத்தளம் வந்ததும் நின்றுவிட்டனர்.

சரி மூச்சு வாங்கும்போல, என்று நான் அவர்களைப் பார்த்துக்கொண்டே பொறுமையாக இறங்க, அந்த மகள், தகப்பனுக்கு முதுகு காண்பித்து நிற்க, அவர் மகளின் தோள்பையை வாங்கி தோளில் மாட்டிக்கொண்டு ட்ராலியை உருட்ட ஆரம்பித்தார்.

அட!! என்று தான் பார்த்தேன். ஒரு புன்னகை கூட வந்தது.

அப்பாக்கள் அழகு!!

அப்பாக்களிடம் மட்டும் கூடுதல் சலுகைகள் பாராட்டும் மகள்கள் அழகு!!

அந்த குடும்பத்தில் அந்த பெண் தான் படிப்பில் முதல் தலைமுறை என்று யூகிக்கிறேன்.

இத்தனை நாள் அவர்கள் கைபிடித்து நடந்த மகள், இனி அந்த குடும்-பத்தை தூக்கி நிறுத்தும் காலம் அதிசீக்கிரத்தில் வரும் என்று யோசித்து புன்னகைத்தேன்.

அவர்களும் அவர்கள் தலைமுறையும் இன்னும் சிறப்பாக வாழ்ந்து சிறக்-கட்டும் என்ற வேண்டுதலோடு அவர்களைத் தாண்டி, அதன் பின் ஓட ஆரம்பித்தேன்.

ஆம், அவர்களை இதயத்தில் நிரப்பியாகிற்று... இனி மூளைக்கு வேலை கொடுக்க ஓட வேண்டும்.

இவண்

கார்த்தி செளந்தர்

ஆபீஸ் பஸ்

இன்றைய தேநீர் இடைவேளை உரையாடல்...

டீம் நண்பர்கள் இருவரும் காரசாரமாக விவாதித்துக்கொண்டு வட்ட மேஜையில் நிற்க, எனது தேநீரை எடுத்துக்கொண்டு பொறுமையாக வந்து அவர்கள் ஜோதியில் ஐக்கியமானேன்.

"பாருங்க கார்த்தி... இவன் பொண்ணுங்கள திட்டுறான்..." என்றார் எங்-கள் டீம் பெண் ஊழியர்.

"அப்படி எல்லாம் இருக்க வாய்ப்பில்லையே... என்னடா???" என்று கேட்-டேன் நண்பனிடம்.

"எல்லாம் இந்த பொண்ணுங்க சோம்பேறித்தனம் தான்..." என்று அவன் இழுக்க,

"பாருங்க பாருங்க... எப்படி பேசுறான் பாருங்க..." என்று எகுறிக்கொண்டு வந்தார் அவர்.

"ஏன்டா..." என்று சிரித்தேன் நான்.

"ப்ச்... முதல்ல நான் சொல்றத முழுசா கேளுங்க... கேட்டுட்டு அப்படியே போயிடாதீங்க... மெட்ரோ ரெட்ரோனு எழுதுறீங்களே... அதை மாதிரி இதையும் எழுதுங்க..." என்றான் ரோசமாக.

"நீ முதல்ல சொல்லு..." என்று நான் தேநீரை உறிஞ்ச,

"கண்டிப்பா எழுதுறீங்க.." என்று அவன் விரல் நீட்டி மிரட்டினான்.

"முதல்ல கதைய சொல்லுடா..." என்றார் சகி.

"நீ முதல்ல கம்முனு இரு..." என்று அவரை அமர்த்தியவன், என் பக்கமாய் திரும்பி,

"நேத்து பஸ் கிளம்பும்போது ஒரு பொண்ணு குழந்தையோட வந்து ஏறுச்சு... நானும் ஒரு பையனும் ரெண்டாவது சீட்ல உட்கார்ந்துருந்தோம்... அந்த பக்-கம் இரண்டு பொண்ணுங்க...முதல் சீட்டிலும் இரண்டு பொண்ணுங்க... அந்த பக்கம் ஒரு சிங்கிள் சீட் மட்டும்.. அதுலயும் ஒரு பொண்ணு..."

"சரி..."

"குழந்தையோட என் சீட் தாண்டி எட்டிப் பார்த்துட்டு, இடம் இல்லைனு இறங்கி டிரைவர் கிட்ட பேச போச்சு... என் பக்கத்துல இருக்குற பையன், 'குழந்தை வச்சுருக்காங்க...முன்னாடியே வரலாம்ல'னு சொன்னான்... சரி பார்ப்போம்... இல்லைனா நான் இறங்கிக்கிறேனு நான் சொன்னேன்.. அந்த பொண்ணு பாவம் கைல குழந்தையும் வச்சுட்டு கஷ்டம்னு நாங்க பேசிட்டு இருக்கோம், அந்த பொண்ணு மறுபடியும் பஸ் உள்ள டிரைவர் கூட வந்துச்சு..."

"நீ இறங்கிட்டியா??"

"இல்ல...டிரைவர் வந்து, யாராவது பின்னாடி மாறி உட்காருங்களேன்..

லேடீஸ் குழந்தையோட இருக்குறாங்கனு சத்தமா சொல்லவும் எங்களுக்கு முன்னாடி இருந்த பொண்ணு இடம் கொடுத்துட்டு பின்னாடி எந்திரிச்சி போய்டுச்சு... அதை பார்த்துட்டு, 'அவங்களே பார்த்து புரிஞ்சு அட்ஜஸ்ட் பண்ணனும்..இதெல்லாமா சொல்லுவாங்க'னு அசால்ட்டா சத்தமாவே முணு-முணுத்தார். எனக்கு கோபம் வந்துருச்சு.."

"ம்ம்ம்..."

"அந்த பொண்ணு இடமில்லனு சொன்னதால தான் நாங்க பேசிட்டு இருந்-தோம்...நாங்க மட்டுமில்ல, எங்களுக்கு முன்னாடி இருந்த பொண்ணுங்க கூட அப்படி தான் நினைச்சுட்டு இருந்தாங்க... மாறி உட்காருங்கனு எங்ககிட்ட கேட்டா நாங்க யாராச்சும் பின்னாடி போகப்போறோம்.. இதுக்கு டிரைவர் கூட்டிட்டு வந்து மொத்தமா எங்க யாருக்குமே இரக்கமே இல்லைனு பட்டம் வாங்கி கொடுத்துருச்சு..."

"சரிடா இப்போ என்ன பண்ணலாம்???"

"குழந்தை இருக்குனு முன்னாடியே தெரியாதா.. அப்போ ஏன் கடைசி நிமி-ஷம் வரணும்...நமக்கு வசதி வேணும்ன்னா நம்ம தான் முயற்சி பண்ணனும்... அடுத்தவன் பார்த்து புரிஞ்சுப்பான்னு எப்படி நினைக்கலாம்??"

"கரெக்ட் தான்..."

"அதனால இத பின்வரும் சந்ததிக்கு பதிவு பண்றீங்க..."

"டேய் அவங்க வேணும்ம்னேவா லேட்டா வருவாங்க... அவங்க சூழ்நிலை எப்படினு உனக்கு தெரியுமா??" என்று சகி கேட்க,

"அதுக்காக அடுத்தவன் எப்போவும் ஹெல்ப் பண்ணுவான்னு எப்படி நினைக்குறீங்க??? இது என்ன விதமான மனநிலை??எல்லாருமே ஒர்க் முடிச்சுட்டு tired ah தான வந்து உட்காந்திருக்கோம்...எனக்கெல்லாம் எப்-போடா பஸ் எடுப்பான், தூங்கலாம்னு தோணும்..கிட்டத்தட்ட எல்லாருமே அப்படி தான் இருப்பாங்க..." என்றான்.

"AC பஸ் தான்?? மாறி உட்கார்ந்தா என்ன??அதுல பொண்ணுங்க சோம்-பேறின்னு வேற சொல்ற..." என்று அவர் கேட்க,

"AC பஸ் தான... அவங்களும் எங்க உட்கார்ந்தா என்ன???" என்று இவனும் எகுற ஆரம்பித்தான்.

புன்னகைத்த படியே, "நீதானடா அந்த பொண்ணுக்கு இடமில்லைனா இறங்கிக்கிறேன்னு பேசுனவன்??" என்று கேட்டேன்.

"ஆமா... அது முதல்ல...இப்போ அப்படி தோணல... அந்த பொண்ணு குழந்தை வச்சுருக்குறதை அட்வான்டேஜ் எடுத்து பேசுதோன்னு தோணுது..." என்றான்.

"அப்படியும் சொல்லலாம்...இல்லைனா அந்த பொண்ணுக்கு கேட்குறதுக்கு தயக்கம்னும் சொல்லலாம்..." என்றேன்.

"எங்ககிட்ட கேட்க தயக்கம், ஆனா டிரைவர் கிட்ட போய் கேட்க தயக்கம் இல்லையோ..." என்று திரும்பி கேட்டான்.

"இது சாதரண விஷயம் தானடா...சிலர்க்கு பிரச்சனைகள், சூழ்நிலைகளை நேரடியா எதிர்கொள்ளத் தெரியும்...சிலர் எங்க போனா வேலை நடக்குமோ அங்க போவாங்க...ஏன் எங்க வீட்ல வாண்டுகளையே எடுத்துக்கோ...பெரி- யவன் அவனுக்கு என்ன வேணும்னு கேட்பான் தான்...ஆனா சின்னவள் எதை யார்கிட்ட கேட்கணுமா அங்க தான் கேட்பா...இந்த பொண்ணும் அதை தான் பண்ணிருக்கு...உங்ககிட்ட கேட்டா, நீங்க மறுக்கலாம்...ஆனா டிரைவர்கிட்ட கேட்டா, கண்டிப்பா நடக்கும்ல..." என்றேன்.

"என்னமோ...நீங்க தான் இந்த பொண்ணுகளுக்கு ரொம்ப சப்போர்ட் பண்- றீங்க..." என்று சலித்துக்கொண்டான்.

"பொண்ணுங்களுக்குன்னு இல்ல...சிலருக்கு அந்த மாதிரி thought process இருக்கும்...நான் ஏன் யார்கிட்டயெல்லாமோ கேட்கணும்...கேட்க- வேண்டிய இடத்துல கேட்குறேன்னு தோணும்...ஒரு சிலர் இதுக்கு முன்னாடி கேட்ருப்பாங்க...கேட்டு அவங்களுக்கு தேவையான ஒத்துழைப்பு கிடைச்சு- ருக்காது...அதனால இப்படி நடந்துப்பாங்க..." என்றேன்.

"அப்படி சொல்லுங்க கார்த்தி..." என்றார் பெண் ஊழியர்.

அவரை ஒரு முறை ஆழ்ந்து பார்த்து, தலையை இடவலமாய் அசைத்- துவிட்டு,

"இல்ல...அந்த பொண்ணுக்கிட்டயும் தப்பு இருக்கு...லேட்டா வர்றதோ சீக்கி- ரம் வர்றதோ அவங்க கைல தான இருக்கு...அவங்க குழந்தை வச்சுருக்காங்- கனு நமக்கு தான் தெரியாது.. அவங்களுக்கு நல்லாவே தெரியும்...அவங்க ஒர்க் ஸ்டேஷன்ல இருந்து போய் குழந்தையை கூட்டிட்டு, அதுக்கு அப்புறம் பஸ்க்கு வரணும்...மற்றவங்க எல்லாம் அப்படியே ஒர்க் ஸ்டேஷன்ல இருந்து பஸ்க்கு வருவாங்க...கடைசி நேரம் வந்து அடிச்சுப்பிடிச்சு ஏறிக்கலாம். சப்போஸ் பஸ் விட்டுட்டாக்கூட பிரச்சனை இல்ல..வெளிய பார்த்துக்க- லாம்...அவங்க குழந்தையை வச்சுட்டு அலைய முடியுமா?? அப்போ இன்- னும் கொஞ்சம் அந்த உணர்வோடு இருக்கலாம் தான்...எப்போவும் எல்லா- ரும் நமக்கு ஹெல்ப் பண்ண மாட்டாங்க...ஒரு வேளை அந்த இடத்தில ஒரு கர்ப்பமான பொண்ணு இருந்திருந்தா, கண்டிப்பா இவங்களுக்கு preference கிடையாது தான்...வீட்ல தான் சலுகை எல்லாம்..." என்றேன்.

பெண் ஊழியர் அமைதியாக பார்க்க,

"நான் எதுவும் தப்பா சொல்லலலையே..." என்று கேட்டேன்.

"தப்பா சொல்லல தான்...குழந்தை வச்சுருக்காங்க கொஞ்சம் யோசிக்கலாம்னு சொல்ல வந்தேன்..." என்றார்.

"யோசிச்சு தான் இறங்கிக்கிறேன்னு சொன்னேன்... ஆனா அவங்க நடந்து- கிட்டது எனக்கு பிடிக்கல...அதுக்கும் குழந்தை வச்சுருக்குறதுக்கும் சம்பந்த- மில்ல..." என்றான் நண்பன்.

அவன் கையை தட்டி அமர்த்திவிட்டு,

"ஒரு பேமஸ் ஷார்ட் பிலிம் marriage contract னு கொஞ்ச நாள் முன்-

னாடி வைரல் ஆச்சு...அதுல கடைசியா ஒரு டயலாக் வரும்...you were talking about equality right?then just be it..னு முடியும்..நமக்கு ஏற்ற மாதிரி equality யை வளைக்க முடியாது இல்லையா??? that's not equality .." என்று இருவரையும் பார்த்து சிரித்தேன்.

"ஹ்ம்ம் ஓகே..." என்று புன்னகைக்க முயன்றார். அவரது முகம் இன்னும் தெளிவாகவில்லை என்றாலும் மூளைக்குள் அந்த process நடக்கிறது என்று புரிந்தது.

ஆண்கள் புரிந்துகொள்வார்கள், சக ஊழியர்கள் உதவி செய்வார்கள் என்பதெல்லாம் ஒரு பக்கம் இருக்கட்டும். அலுவலகத்திற்கு குழந்தைகளை அழைத்து வரும் பெண்கள் மற்றும் கர்ப்பிணி பெண்கள் இன்னும் கொஞ்சம் கூடுதல் முன்னெச்சரிக்கையுடன் இருப்பது நல்லது தானே...

அதை எழுத வேண்டும் என்று பேசிக்கொண்டு வேலைக்கு திரும்பி-னோம்.

இவன்

கார்த்தி செளந்தர்

படிக்கணும்

இன்றைய மெட்ரோ மனிதர்கள்...

அண்ணாநகரில் ஏறினது போல இருந்தது. அல்லது நான் அண்ணாநக-ரிலிருந்து கவனித்தேன் என்றும் சொல்லலாம்.

பொதுவாக மெட்ரோ பயணத்தில் பாட்டு கேட்பது அல்லது எவரிடமாவது அலைபேசியில் குறிஞ்செய்தி வழியாக கதைப்பது என்பது தான் அதிகமாக இருக்கும்.

கல்லூரி வட்டம் ஏறினால் அவர்கள் உலகமே தனி என்பது போல, கும்-பலாக அல்லது இரண்டு மூன்று பேர் என்று சேர்ந்தே ஏறுவார்கள். அவர்க-ளுக்குள் நடக்கும் உரையாடல்களில் வாலிபழும் அந்த வயதிற்கே உண்டான so-called fun and curiosity தான் அதிகமாக இருக்கும்.

மெட்ரோவில் வெகு வெகு குறைவான நபர்களையே புத்தகம் படிக்கும் நபர்களாக பார்த்திருக்கிறேன். அவசர ஓட்டத்தில் புத்தகம் மனதில் ஒட்டாது என்பது எனக்கும் பொருந்தும் என்பதால் வேலைக்கு விடுமுறை எடுத்துக்-கொண்டு கூட சில நேரங்களில் புத்தகம் படிப்பேன் ஆனால் பிராயணங்க-ளில் நானும் படிப்பதில்லை.

ஆனால், படிப்பவர்களைக் கண்டால் நிச்சயம் அவர்கள் என்ன படிக்கி-றார்கள் என்று கவனித்துக்கொண்டே வருவேன்.

அப்படித்தான் இந்த குழந்தையும் என் கண்ணில் மாட்டியது. வெகு ஜாக்-கிரதையாக பொறுமையாக ஒவ்வொரு பக்கமாய் விரல் வைத்து வாசித்து தனக்குள் ஏற்றிக்கொண்டிருந்தது அந்த குழந்தை.

அப்படியான படிப்பு எல்லாம் நான் அதிகமாக தற்போது பார்ப்பதில்லை. நிறைய கல்லூரி பிள்ளைகள் படித்தாலும், இடையில் வேடிக்கை பார்ப்பது, நண்பர்களுடன் பேசுவது, அலைபேசி எடுத்து அவ்வப்போது பார்ப்பது என்று புத்தகத்தில் அதிக கவனமில்லாத ஒரு பார்வை அலசலை தான் கவனித்தி-ருக்கிறேன்.

எனக்கு இதெல்லாம் பொருந்தாது அல்லது பிடிக்காது என்றும் சொல்ல-லாம். கடைசி நிமிடம் வரை படிக்கும் பழக்கம் எல்லாம் எப்போதுமே இருந்-ததில்லை. ஒழுங்கா படிச்சு பரீட்சை எழுது இல்லையா படுத்து தூங்கிட்டு அடுத்த முறை பார்த்துக்கலாம் என்பது தான் எனது வழக்கம். (நிற்க!!நான் அரியர் வைத்தது கிடையாது)

எனக்கு நேர்எதிரில் அமர்ந்து அத்தனை கவனமாக படித்ததால், சற்றே ஊன்றி கவனித்துப் பார்த்தேன். நிச்சயம் படிப்பதாக உருட்டவில்லை. ஏனென்றால் அந்த குழந்தை கையில் வைத்திருந்தது xerox copies அல்ல.. Hand written notes வைத்து பொறுமையாக அந்த நோட்டு-புத்தகத்தை படித்துக்கொண்டிருந்தான் அந்த குழந்தை.

எப்படியும் காலேஜ் first year அல்லது செகண்ட் year அல்லது நீட் preparation ஏதோ ஒன்றாகத்தான் இருக்க வேண்டும். நிச்சயம் அதற்கு மேலான வயது இருக்காது.

வெகு சாதாரண உடை, அதிலும் சட்டைக்கும் பாண்டிற்கும் பொருந்த-வில்லை... வெகு சாதாரண செருப்புகள் அதிலும் மழையில் நடந்து வந்த-தால் சேறு...

ஆலந்தூரில் என்னுடன் அவனும் வெளியேறினான். நான் metro card எடுக்கும் போது எனக்கு முன்னே லைனில் நின்றதால் அவனது பர்ஸ் தெரிந்தது. அதில் மெட்ரோ கார்டு தவிர இன்னுமொரு கார்டு... அவ்-வளவே...வேறு எதுவும் பணம் இல்லை. ஒரு வேளை gpay இருக்க-லாம் என்று யூகித்துக்கொண்டாலும் அவனது நடை உடை பாவனை அந்த யூகத்தை ஏற்க மறுத்தது.

ஒரு தோள்பையுடன் சின்ன தண்ணீர் பாட்டிலும் கூட வைத்துக்-கொண்டு அந்த குழந்தை கூட்டத்தில் முன்னேறிச் செல்ல, நான் இடப்பக்கம் பைக் பார்க்கிங் நோக்கி நடந்து வெளியேறினேன்.

நன்றாக படிக்கணும் கண்ணா...

நமக்கெல்லாம் படிப்பு ஒன்று தான் விடியல்.. படிப்பு மட்டும் தான் தேவை, அவசியம்...

படிப்பை /கல்வியை விளக்கிவிட்டு வாழ முயலாதீர்கள் மக்கா!!!

இவன்

கார்த்தி சௌந்தர்

கோபமும் தொடுதலும்

நேற்றைய இரவில் ஒரு புது விடயத்தை கற்றுக்கொண்டேன் மக்கா... நமக்கு தெரிந்த விடயத்தை இன்னும் சற்றே உரைக்க சொல்லுவதில் நம்ம வாண்டுகள் எல்லாமே ஸ்பெஷல் தான்..

அதாவது என்ன நடந்துச்சுன்னா... ஸ்கூல் திறக்கும்போது எப்போதும் போல பென்சில், ரப்பர், ஷார்ப்னர், ஸ்கேல் அதோடு கூட ஆயில் பாஸ்டல்ஸ் வேண்டுமென்று அடம்பிடித்து வாங்கிகொண்டனர் இருவரும்.

"இதெல்லாம் தேவையில்லாத வேலை..." என்று அம்மணி இருவரையும் திட்டியபோதும்,

"எங்களுக்கு ஆர்ட் கிளாஸ்ல கேட்குறாங்க..." என்று இருவரும் கோரஸ் பாடி வாங்கிக் கொண்டனர்.

இந்த சந்திரமுகி படத்தில் கங்கா சந்திரமுகியாக மாறும் தருணம், "ஒட்டியாணம்... நெத்திச்சூட்டி.." என்று ஹைப் ஆவது போல அந்த ஆயில் பாஸ்டல்ஸ் டப்பாவை இருவரும் முதல் நாளே பள்ளிக்கூடத்திற்கு எடுத்துச்செல்ல நினைக்க, அம்மணி ஸ்ட்ரிக்ட் ஆப்பிசராக கொடுக்க முடியாது என்று ஒரே பிடியில் நின்றுவிட்டார்.

நான்கு நாட்கள் சென்று நேற்று மாலை வந்து இருவரும் ஒரே அமர்களம். கண்டிப்பாக நாளை எடுத்துச்செல்ல வேண்டும் என்று கால்கள் தரையில் நிற்காமல் ஆட, இருவரும் வாங்கிக் கட்டிக்கொண்டனர்.

"இன்னும் நோட்டு புத்தகத்திலேயே ஒன்னும் எழுத ஆரம்பிக்கல... எல்லாம் rough நோட்டில் ஓடிக் கொண்டிருக்கிறது. அதுக்குள்ள ஆர்ட் கிளாஸ் ஆரம்பிச்சுருச்சோ... ஓடு ரெண்டு பேரும்... நான் மிஸ் கிட்ட கேட்டு கொடுக்கிறேன்..." என்று திட்டி அனுப்பிவிட்டார்.

"கொடுக்க வேண்டிதான..." என்று நான் சொல்ல, "உன் வேலையப் பாரு.." என்று எனக்கும் சேர்த்து டோஸ் விழுந்தது.

வீட்டிற்குள் கோபம் சூழ்ந்துகொள்ள, எட்டரை மணிக்கெல்லாம் வாண்டுகள் இரண்டும் படுக்கையில் விழுந்ததால் நானும் சென்று படுத்துவிட்டேன்.

வாண்டுகளுக்கு என் மேலும் கோபம், நான் அவர்களுக்கு சிபாரிசு செய்யவில்லை என்று. நான் வந்ததும் ஒன்று சுவர் பக்கமாக திரும்பியது, மாற்றொன்று குப்புற விழுந்து முகத்தை மறைத்துக்கொண்டது.

இருவரும் ஒரு முடிவில் இருக்கிறார்கள் போல என்று புன்னகைத்தபடி,

"என்னடா பேச மாட்டேங்களா??" என்று கேட்டேன்.

"பேச மாட்டோம்..." என்று ஒன்று

"நாங்க கோவமா இருக்கோம்.." என்று மற்றொன்று.

"சரி அப்போ நான் கிளம்பட்டா..." என்று கேட்க, ஒரு வாண்டு எழுந்து கையை உயர்த்தி லைட்டை அணைத்துவிட்டு மல்லாக்க படுக்க, இன்-

னென்று காலைத் தூக்கி என் மேல் போட்டுக்கொண்டு சரியாக ஒருக்கலித்து படுத்துக்கொண்டது.

"ஏன்டா... ரெண்டு பேரும் கோவமா தான இருக்குறீங்க... அப்புறம் என்னய எதுக்கு கூட படுக்க சொல்றீங்க... நான் வெளிய போறேன்..." என்றேன்.

"சோ வாட்... எங்க கூட தான் தூங்கணும்..." என்றான் பெரியவன்.

"எங்க லைட்டை போடு... அந்த மூஞ்சிய கொஞ்சம் நான் பார்க்கணும்..." என்றேன்.

"இல்ல... நான் இன்னும் கோவமா தான் இருக்கேன்... அதனால உங்கள நான் பார்க்க விரும்பல..." என்றான்.

"அப்போ என் மேல கால் எல்லாம் போட்டுக்கலாமா... என்னைத் தொடாத..." என்று காலை விலக்கிவிட

"கோபமா இருந்தா உங்கள தொடக்கூடாதுனு ரூல்ஸ் இல்லையே... நாங்க அப்படி தான் தொடுவோம்..." என்று அவன் சொல்ல,

"ஆமா... நானும்..." என்று சின்ன வாண்டும் சேர்ந்து காலைத் தூக்கிப் போட்டது.

"சரி படுங்க..." என்று வாண்டுகளுடன் படுத்தபோது ஒன்று மறுபடியும் மூளைக்குள் பாடமாக புரிந்தது.

கோபமாக இருந்தால், சண்டை போட்டால் நமது உடனடி எதிர்வினை என்பது நாம் சண்டை போட்டவர்களிடம் இருந்து மொத்தமாக விலகி நிற்பது தான்.

தள்ளிப்படுக்கிறது, பேச்சை நிறுத்திவிடுவது, நீ யாரோ நான் யாரோ என்று நடந்துகொள்வது, உனக்கு என்ன ஆனால் எனக்கு என்ன என்ற மனப்போக்கில் கடந்து செல்வது, இது தான் பொதுவாக நாம் செய்யும் எதிர்வினை.

இப்படியெல்லாம் செய்வது யாரோ எவரோ அல்லது தெரிந்தவர்கள் என்றால் பரவாயில்லை. அவர்கள் இல்லாமல் நம்மாளும் நாம் இல்லாமல் அவர்களாலும் சந்தோசமாக இருக்க முடியும்.

ஆனால் வீட்டிற்குள் இருக்கும் குடும்ப உறுப்பினர்களிடமே அப்படித்தான் இருக்கிறோம் என்றால் நம்மை மாற்றுக்கொள்ள வேண்டும்.

சண்டைகளுக்குப்பின், "நான் இன்னும் கோவமா தான் இருக்கேன்..." என்ற வாக்கியம் எங்கள் வீட்டில் பலமுறை கோபம் குறைவதற்கு, சூழ்நிலைகள் சரியாவதற்கு உதவியிருக்கிறது. சொல்லப்போனால் வாண்டுகள் சொல்லும் போது அந்த வாக்கியத்தின் தொனி சிரிப்பை கொண்டுவந்துவிடும்.

"சரி சரி.. கோபமாவே இரு.. மறந்துடாத..." என்று சொல்லி நகர்வேன்.

வாண்டுகள் அதில் இப்போது எக்ஸ்பர்ட்டாகிவிட்டார்கள். கோபம், வருத்தம் இருந்தால் அதை பதிவு செய்யவேண்டும்... ஆனால் அந்த உணர்வுகளால் எங்கள் உறவின் நெருக்கத்தை அவர்கள் குறைத்துக்கொள்ள முயற்சி செய்வதில்லை.

மகிழ்ச்சி, சந்தோசம், சிரிப்பு எல்லாம் பகிரப்படும்போது உறவுகளில் தொடுதல்கள் எவ்வளவு முக்கியமோ அப்படியே கோபம், வருத்தம், அழுகை என்று பகிரப்படும் போதும் உறவுகளில் தொடுதல் முக்கியம் தான்.

"என்னைத் தொடதே... நான் உன்னைத் தொடமாட்டேன்.." என்பது உறவில் இருக்கும் விரிசலை விரிவாக்குமே தவிர, உறவில் இருக்கும் சிக்-கல்களை தீர்க்காது.

வெவ்வேறு எண்ணங்கள், வெவ்வேறு பார்வைகள் கொண்டவர்கள் தான் நாம் எல்லாருமே. கோபம் இருக்கட்டும், சண்டை சச்சரவுகள் இருக்கட்டும் அதோடு கூட தொடுதலும், நான் உன்னுடன் தான் இருப்பேன் என்ற உணர்த்துதலும் சேர்ந்து இருக்கட்டும்..

இவண்
கார்த்தி செளந்தர்

நாளைய நிர்வாகிகள்

இன்றைய சிறுவர்கள் நாளைய நிர்வாகிகள்..

வாண்டுகளுக்கு ஸ்கூல் டைரியில் மாணவர் விவரங்கள் கொடுத்து புகைப்படமும் ஒட்ட வேண்டும் என்று தேடினால் எல்லாம் பழைய புகைப்ப-டங்கள்.

சமீபத்தில் எடுத்தது எதுவும் இல்லை என்பதால் புகைப்படம் எடுக்க காலையிலேயே கிளம்பினோம்.

ஏரியாவில் இருந்த ஒரு டிஜிட்டல் ஸ்டுடியோவிற்குள் நுழைந்தால், அங்கே ஒரு சிறுவன் தான் அமர்ந்திருந்தான். எப்படியும் ஒரு பதினைந்து வயதிற்கு மேல் இருக்காது.

"பாஸ்போர்ட் சைஸ் போட்டோ எடுக்கணும்..." என்றபடி உள்ளே நுழைய,

"பாஸ்போர்ட் சைஸ் போட்டோவா... வாங்க..." என்று உள்ளே புகைப்படம் எடுக்கும் இடத்திற்கு அழைத்துச் சென்றான்.

வாண்டுகள் குஷியாக உள்ளே ஓடிச்செல்ல, அம்மணி தயங்கியபடி நின்-றார்.

"பெரியவங்க யாரும் இல்லையாப்பா??" என்று அவர் கேட்க,

"பதினஞ்சு வருசமா இந்த கடை இருக்குது க்கா..." என்றான்.

"உனக்கே பதினஞ்சு வயசு தான் இருக்கும்..." என்று அம்மணி புன்னக்-கைக்க,

"இல்ல நான் கடைய தான் சொன்னேன்... நான் எடுப்பேன்..." என்று அந்த பையன் கேமராவை எடுக்க, அம்மணி முகத்தில் அத்தனை திருப்தி இல்லை.

வாண்டுகளுக்கு புகைப்படம் எடுத்துவிட்டு அப்படியே குடும்பமாகவும் எடுத்துக்கொள்ளலாம் என்று தான் கிளம்பினார். இப்போது இந்த சிறுவன் ஒழுங்காக எடுப்பானா என்றே அவருக்கு சந்தேகம்.

வாண்டு அந்த பையன் கையில் கேமராவை பார்த்ததும் வேகமாக சென்று இருக்கையில் அமர்ந்துவிட்டான். புகைப்படம் ஒழுங்காக வருமா அல்லது நம்மை வைத்து இந்த பையன் ட்ரைனிங் எடுப்பானோ என்று என் மனதிற்குள்ளும் ஓட, வாண்டு சரியாக அமர்வதற்கு உதவி செய்தேன்.

அந்த பையன் ஒரு காலில் முழங்காலிட்டு கேமராவை தூக்கிப் பிடித்-தபடி, தலையை எவ்வளவு சாய்க்க வேண்டும், எவ்வளவு நிமிர்ந்து அமர வேண்டுமென்று அழகாய் சொல்ல, வாண்டு சொன்னதுபோலெல்லாம் செய்து புன்னகைக்க, ஒரே கிளிக், ஒரே போட்டோ, அழகாக எடுத்துவிட்டான்.

"ஓகேவா ண்ணா.." என்று காண்பிக்க, எனக்கு திருப்தியாக இருந்தது.

வாண்டுகளுக்கு வருடம் ஒரு முறை புகைப்படம் எடுப்பதால், பல முறை ஸ்னாப் எடுத்து, எது நன்றாக உள்ளதோ அதை தேர்வு செய்வோம்.

ஆனால் இம்முறை வாண்டுகள் இரண்டும் சரியாக ஒத்துழைப்பு தர, இருவருக்குமே ஒரு ஒரு கிளிக் மட்டுமே அந்த சிறுவன் எடுத்தான். அதன் பின் எனக்கும் பாஸ்போர்ட் சைஸ் எடுக்கவேண்டியிருக்க, நானும் எடுத்துக்-கொண்டேன்.

அந்த பையனின் திறமை, ஒழுங்கு, நேர்த்தி எல்லாம் பிடித்துப்போக, அம்மணி வேகமாய் வாண்டு இரண்டையும் நிற்க வைத்து ஒரு புகைப்படம் எடுக்கச் சொன்னார்.

"இல்லக்கா... எனக்கு full frame எடுக்கத் தெரியாது..." என்றான்.
"சரி ஓகே.." என்று புன்னகையோடு, "வைட் background வேணும்.." என்று சொல்ல,
"வைட் தான் க்கா வரும்.." என்று கணினியில் அமர்ந்து கேமராவிலிருந்து புகைப்படங்களை கணினிக்கு மாற்றினான்.

அதாவது, இந்த மாதத்தில், இன்றைய தேதிக்கு ஒரு folder புதிதாய் உருவாக்கி, இந்த புகைப்படங்களை அங்கே மாற்றிவிட்டு, அதன் பின்னே எழுந்து எங்களுக்கு விலை சொன்னான்.

அதோடு ஒரு மணி நேரம் ஆகும் என்று சொல்ல, சரி திரும்ப வந்து வாங்கிக்கொள்கிறோம் என்று சாப்பிட சென்றுவிட்டோம்.

வேலையெல்லாம் முடித்துவிட்டு மறுபடியும் ஸ்டூடியோ சென்றால், அந்த பையன் இல்லை. அவனைவிட இன்னும் சின்ன பையன் ஒருவன் தான் வாசல் அருகே இருந்த கணினியில் அமர்ந்து ஏதோ பார்த்துக் கொண்டிருந்-தான்.

"போட்டோ கொடுத்துட்டு போனோம்... ரெடியா??" என்று உள்ளே நுழைய,
"காலைல கொடுத்தீங்களா??" என்று உள்ளே சென்று பார்த்தவன், அங்கி-ருந்தே குரல் கொடுத்தான்.
"ஒரு பைவ் மினிட்ஸ் உட்காருங்க... பிரிண்ட் போடுறேன்.." என்று சொல்-லிவிட்டு அங்கே பிரிண்டர் அருகே இருந்த கணினியில் அமர, எனக்கு தூக்கிவாரிப் போட்டது.
"அடேய்... நீ ஒர்க் பண்ணப்போறியா??" என்று மனதிற்குள்ளேயே யோசித்-தபடி அவனைப் பார்க்க, அவன் எதற்கும் அசராமல், கணினியில் தனது வேலையில் இறங்கிவிட்டான்.

அம்மணி உள்ளே சென்று அவன் என்ன செய்கிறான் என்று பார்க்க, அந்த பெரிய பையன் எந்த folder இல் வைத்திருக்கிறான் என்று சரியாக தேடி கண்டுபிடித்து வேலையை ஆரம்பித்துவிட்டான்.

பிரிண்ட் வேலை மட்டும்போல என்று நாங்கள் நினைத்திருக்க, எங்கள் மூவரின் புகைப்படத்திற்கும் எடிட்டிங் இன்னும் செய்யவே இல்லை.

"என்னப்பா இன்னும் ரெடி பண்ணலையா?? இன்னொரு பெரிய பையன் இருந்தானே??" என்று அம்மணி விசாரிக்க,

"ஆமா... அவன் இன்னும் பண்ணல... இருங்க நான் ரெடி பண்றேன்.." என்று போட்டோஷாப்பில் வேலையை ஆரம்பிக்க, எனக்கு புருவங்கள் மேலேறியது.

"போட்டோஷாப்லாம் இந்த பொடியனுக்கு தெரியுமா..." என்றே எனக்கு ஆச்சர்யம்.

அந்த சிறுவனோ அமைதியாக எங்கள் ஒவ்வொருவர் புகைப்படமாக எடுத்து எடிட் செய்து, கலர் காண்ட்ராஸ்ட் எல்லாம் சரியாக்கி, "ஓகே வா அங்கிள்..." என்று கேட்க எனக்கு புன்னகை மட்டுமே.

"ஓகே..." என்று சொல்ல அவன் அடுத்த வாண்டின் புகைப்படத்தை எடுத்து ஒர்க் பண்ண ஆரம்பித்துவிட்டான்.

"நீ என்ன படிக்குற??" என்று அம்மணி கேட்க

"எயித் (எட்டாம் வகுப்பு) படிக்கிறேன் ஆண்டி..." என்று பதில் சொன்னா- லும் பார்வை கவனம் எல்லாம் கணினியில் இருந்தது.

"அப்போ உன் அண்ணா?" என்று கேட்க,

"அவன் டென்த் படிக்கிறான் ஆண்டி..." என்று வேலையைத் தொடர்ந்- தான்.

மூன்று புகைப்படங்களையும் ஒர்க் முடித்து, பழைய புகைப்படங்களை அங்கிருந்து தூக்கிவிட்டு அன்றைய நாளில் இந்த புகைப்படங்களை வைத்- துவிட்டு பிரிண்ட் கொடுத்தான்.

"எனக்கு மெயில் ல soft copy ஒன்னு அனுப்பிடுறியாப்பா??" என்று கேட்க,

"ஓகே அங்கிள்..." என்றவன் அதே புகைப்படங்களை கணினியில் இருந்த shared network folder இல் போட்டுவிட்டு, எண்ட்ரன்ஸில் இருந்த கணினிக்குச் சென்று அங்கிருந்து புகைப்படங்களை எனக்கு அனுப்பிவிட்ட- வன், பொறுமையாக பிரிண்ட் எடுத்த புகைப்படங்களை கத்தரிக்க எடுத்துச்- செல்ல,

"இன்னைக்கு உங்க அப்பா லீவா..." என்று சிரித்தபடி கேட்டார் அம்மணி.

"இல்லை... இன்னைக்கு அப்பா கொஞ்சம் லேட்டா வருவாங்க..." என்று சொன்னபடி அவன் கத்தரிக்க ஆரம்பிக்க, அவனது அப்பா வந்தார்,

அதாவது கடையின் உரிமையாளர் வந்தார். எங்களிடம் எதுவும் விசாரிக்கா- மல் அவனிடம் மட்டுமே பேசினார். இந்த பொடியனிடம் ஏதோ விசாரிக்க, பதில் சொன்னபடி புகைப்படத்தை கத்தரித்தான்.

"அவன் இப்போ தான் டியூஷன் போனான்.." என்று சொன்னதை மட்டும் கவனித்தேன். ஏனென்றால் கவனம் புகைப்படம் ஒழுங்காக கத்தரிக்கப் படு- கிறதா என்று அதில் தான் என் கவனம் இருந்தது.

அம்மணி அவனைப் பார்த்துக்கொண்டே உன் பேர் என்ன என்று விசா- ரித்தார். கிரிஷ் என்று சொல்ல, அவன் அண்ணன் பெயரையும் விசாரித்தார். ஜானேஷ் என்று சொன்னான்.

"குட் ஜாப்.." என்று நாங்கள், அதாவது வாடிக்கையாளர் பேசுவதை எல்லாம் தனியாக அவனே தான் கேட்டுக்கொண்டிருந்தான். அவனது தந்தை உள்ளே ஏதோ வேலையில் இருந்தார்.

'சின்ன பசங்க என்ன ஒழுங்கா எடுத்துறப்போறாங்க' என்று அசட்டை இல்லாமல், 'எப்படி தான் எடுக்குறாங்க பார்ப்போமே...அதிக பட்சம் ஒரு பாஸ்போர்ட் சைஸ் போட்டோ...ஒழுங்காக எடுக்கவில்லை என்றால் கடந்து-விடுவோம்..' என்று முன்னேறிச்சென்ற ஒரு முடிவு ஒரு பிரம்மாண்டத்தை தான் எனக்கு காட்சியளித்தது.

ஒரு போட்டோ எடுத்து, அதை பிரிண்ட் போட்டுக்கொடுத்தது பெரிய பிரம்மாண்டமா என்று கேட்டால் நிச்சயம் பிரம்மாண்டம் தான். ஏனென்றால் அந்த சிறுவர்கள் இருவரும் போட்டோ மட்டும் எடுக்கவில்லை. கிட்டத்தட்ட அந்த தொழிலையே தான் சிறப்பாக செய்தார்கள் என்று நான் சொல்வேன்.

'போட்டோ தான எடுக்கணும், வாங்க நான் எடுக்கிறேன்' என்ற தன்-னம்பிக்கை.

'பதினஞ்சு வருசமா இந்த கடை இருக்குது..' என்று வாடிக்கையாளர் நம்-பிக்கை சம்பாரித்தல்.

'எனக்கு full frame எடுக்கத்தெரியாது.' என்ற தெளிவு.

'gpay பண்ணிடுங்க..' என்ற நேர்மை.

அதோடு கூட செய்த வேலையில் இருந்த நேர்த்தி, ஒழுக்கம் என்று பெரியவன் ஒருவாறு கவர்ந்தான்.

'அவன் எதுவும் செய்யலேயே..' என்று குற்றம் கண்டுபிடிக்காமல், சூழ்-நிலையை கையில் எடுத்த சின்னவன்,

'ஒரு பைவ் மினிட்ஸ் இருங்க...' என்று வாடிக்கையாளரின் பொறுமையை சோதிக்காமல் கையாளுதல்,

'இன்னைக்கு அப்பா கொஞ்சம் லேட்டா வருவாங்க...' என்று தன் அப்பா-விற்கு ஓய்வு தேவை, அவர் எந்நேரமும் இருக்க முடியாது என்ற புரிதல், அவனிடமும் இருந்த நேர்த்தி, கவனம் எல்லாம் இன்னும் கவர்ந்தது.

இவர்களுக்கு மேல், வேலையின் நடுவே உள்ளே வந்தாலும், நான் தான் வந்துட்டேனே நீ கிளம்பு என்று சிறியவனை விரட்டாமல், ஒதுங்கி நின்ற தந்தை என்று யோசிக்க நிறைய இருந்தது.

கிட்டத்தட்ட அந்த ஸ்டுடியோவில் அவர் இல்லாமலேயே இந்த சிறுவர்-கள் இருவரும் சமாளிக்கும் அளவிற்கு பிள்ளைகள் இருவருக்கும் வேலை-யோடு கூட அதில் ஒழுக்கம், நேர்த்தி, நேர்மை எல்லாம் சேர்த்தே கற்றுக்-கொடுத்திருக்கிறார்.

உலக தந்தையர் தினம் இன்று... தந்தையின் பொறுப்பு, இருப்பு, வளர்ப்பு என்பது ஒரு குடும்பத்தில் மிகமிக அவசியம் என்று உணர்ந்து, நம் தந்தை-யின் இருப்பை, அவரை கொண்டாடவே இந்த நாளை நாம் அனுசரிக்கி-றோம்.

அப்படியான இந்த நாளில், இந்த தந்தையின் வளர்ப்பை எழுதி வைப்-
பது மனதில் ஆகப்பெரும் திருப்தியாக உள்ளது.

அதோடு இன்னொன்றையும் எனக்கு நானே மறுபடியும் சொல்லிக்-
கொண்டேன். எவரையும் சாதாரணமாக எடைபோடக்கூடாது என்பது நம்
எல்லோருக்கும் தெரியும். அதோடு கூட இந்த விஷயம் எங்களுக்கு ப்ரா-
ஜெக்ட் மேனேஜ்மென்ட்டில் உண்டு - அதாவது வாய்ப்பு என்பதை கொடுக்-
காமல், நாமே ஒரு முடிவிற்கு வரக்கூடாது.

அந்த சிறுவர்கள் இருவருக்கும், 'சின்ன பையன் என்ன செய்வான்'
என்று முடிவு செய்து வாய்ப்பு கொடுக்காமல் போயிருந்தால், அவர்களது
இந்த நிர்வாகத் திறமையை என்னால் பார்த்திருக்க முடியாது. கிட்டத்தட்ட
ஸ்டியோவை அவர்கள் நடத்தினார்கள் என்றால் அது மிகையல்ல. அப்படி
அவர்களை வழி நடத்தும் அந்த தந்தைக்கு வாழ்த்துக்கள். அவரது பெயர்
ஜெயக்குமார் என்று நினைக்கிறேன், ஸ்டியோவில் அந்த பெயரில் ஒரு
gmail id பார்த்த ஞாபகம்.

இன்னும் மென்மேலும் இந்த சிறுவர்கள் வளரட்டும்.

இவண்

கார்த்தி சௌந்தர்

போலிகள்

சார்லி சாப்ளின் புகழ் பெற்ற நிலையில், அவரது பிறந்த ஊரில், அவரைப் போல் தத்ரூபமாக நடிப்பவர்களுக்கு, ஒரு போட்டி வைக்கப் பட்டது....

நடித்த பலரில் முதல் 5 பேரை தேர்வு செய்த போது, அந்த ஐந்தாமவன் கடும் ஆட்சேபனை கூறினான்.

முதல் பரிசு வாங்கியவன் அந்தப் பரிசிற்கு தகுதியற்றவன் என்று ஐந்தா-மவன் கூறும்போது, அவன் பொறாமையால் கூறுகிறான் என்றே மற்றவர்கள் எடுத்துக் கொண்டனர்...

எனினும் அழுத்திக் கேட்ட போது, அவன் கூறிய பதில் அனைவரையும் திகைக்க வைத்தது....

ஆம், அந்த ஐந்தாமவன் சார்லிசாப்ளின்.!!

இந்த மாதிரியான அனுபவம் நிறைய பிரபலங்களுக்கு நடந்திருக்கிறது. ஏன் என்று உங்களால் யோசிக்க முடிகிறதா??

Duplication அல்லது வேடமிடுதல் என்பதில் நிச்சயம் நாம் எதிர்-பார்க்கும் விடயங்கள் இருக்கும்.

உண்மையான சாப்ளின் நின்றபோது அவர் இயல்பாக, எந்த விதமான நடிப்-பும் இல்லாமல் நின்றிருப்பார்.

ஆனால் அவரைப்போல நடிக்க வந்தவர்கள் வெகு சிறப்பாக அந்த கதாப்-பாத்திரத்தை உள்வாங்கி நடித்திருப்பார்கள்.

இதில் உண்மையில் பரிதாப நிலையில் இருப்பது பார்வையாளர்கள் மட்-டுமே...

ஏனென்றால், நாம் என்ன பார்க்க விரும்புகிறோமோ அதை மட்டுமே பார்க்கிறோம். இன்னும் கொஞ்சம் ஆழமாக யோசித்தால், நாம் என்ன பார்க்க வேண்டும் என்று எதிர்பார்க்கிறோமோ அதை மட்டுமே தேடுகிறோம். அதனாலேயே உண்மைகளை விட போலிகள் அதிகம் கொண்டாடப்படும். ஆம், நாம் கேட்கும் அளவில், கேட்டது போலவே அழகாக அம்சமாக வசீ-கரிப்பவை போலிகள்!!!

Duplication may be the best presentation sometimes!!

இவண்
கார்த்தி சௌந்தர்

சலுகைகள்

இன்றைய மெட்ரோ மனிதர்கள்...

நேற்றைய பின் இரவின் மழை கொஞ்சமாக சாலையை குளிர்வித்து அதோடு கூட கொஞ்சம் நீர் தேக்கமும் ஆங்காங்கே இருக்கும் என்பதால் இன்றைக்கு மெதுவாகவே வண்டியை செலுத்தினேன்.

அதனால் மெட்ரோவிற்கு தாமதமாக, அவசரமாக இறங்கி எஸ்கலேட்டரில் வேகமாக, கிட்டத்தட்ட ஓட வேண்டிய சூழ்நிலை தான்.

வழமையாக மெட்ரோ செல்பவர்களுக்கு எஸ்கலேட்டரில் இடது புறம் நிற்க வேண்டும், வலது புறம் நடந்த செல்பவர்களுக்கு வழி விட வேண்டும் என்று தெரியும். புதிதாக செல்பவர்கள் மாறி நின்றால், இடதுபுறமாக நில்-லுங்கள் என்று சொல்லிவிட்டு நகர்வேன்.

இன்றைக்கு இருந்த அவசரத்தில் அத்தனை பொறுமை இல்லை. காலையில் ஸ்டேட்டஸ் கால் இருக்க, நிச்சயமாக அதை தவிர்க்காமல் இருக்க முடியாது என்ற எண்ணத்தில் ஓடினேன்.

எனக்கு முன்னே சென்ற பெண் பொறுமையாக அலைபேசியில் எவரோடோ பேசிக்கொண்டே நிற்கிறதா நடக்கிறதா என்று தெரியாமல் சென்று கொண்டிருக்க, "எக்ஸ்கியூஸ் மீ..." என்று சத்தமாகவே அழைத்-தேன்.

"இருங்கங்க... நானும் நடந்துட்டு தான் இருக்கிறேன்..." என்று தெனா-வட்டாக சொல்லிவிட்டு, நான்கு படிகள் சென்று தள்ளி நின்றது.

"தேங்க்யூ..." என்று சொல்லியபடி ஓடி ஒரு வழியாக டிராபிக்கில் நீந்தி, ஸ்டேட்டஸ் கால் ஆரம்பிக்க ஐந்து நிமிடங்கள் இருக்கும்போது வந்து இருக்-கையில் அமர்ந்தேன்.

சின்ன பொண்ணு தான், ஆனால் அந்த பொண்ணு பேசிய தொனி மனதிற்குள் ஓடிக்கொண்டிருந்த போது, காட்சிகள் வேறு மாதிரி விரிந்தது.

அந்த பெண்ணின் மனநிலை எப்படி இருந்திருக்கும் தெரியுமா மக்கா?

"இவ்ளோ அவசரம் என்ன உனக்கு? அப்போ சீக்கிரம் கிளம்பலாம்ல? நான் மட்டும் என்ன வெட்டியாவா நின்னுட்டு இருக்கேன், நானும் தான் வேலைக்கு போறேன்..எனக்கு எல்லாம் அவசரம் இல்லையா? அவ்ளோ அவசரம்னா படிக்கட்டில் இறங்கி ஓட வேண்டிதான்? ஒரு ரெண்டு நிமிஷம் நின்னுபோனா என்ன? "

இப்படி இன்னும் நிறைய கேள்விகள், நக்கல்கள் இருக்கும். ஆனால் என் நிலை என்ன என்று கொஞ்சம் பார்ப்போமா??

"பைக் ஸ்கிட்டிங் ஆன பின் வண்டியில் வேகமாக செல்ல இன்னும் அனுமதிக்கப்படவில்லை. சொல்லப்போனால், சில நாட்கள் அலுவலக வாகனத்தில் தான் சென்றேன். படியில் ஏற அல்லது இறங்கும் போது இன்-

னும் முட்டியில் அடி பட்ட இடத்தில் வலி இருக்கிறது. அதனால் ஓட முடி-யாது என்றாலும் எஸ்கலேட்டர் என்றால் நானும் இறங்க, அதுவும் என்னை கீழே ஒரு படி இறங்க உதவி செய்யும், ஆக வேகமாக இறங்கலாம். என்-னால் தாமதத்தை சரி கட்ட முடியாத அளவிற்கு வேலைப்பளு ஓடிக்கொன்-டிருக்கிறது. இப்போது என்னால் தாமதம் என்ற காரணம் எல்லாம் சொல்ல-வும் முடியாது, அதை என்னாலும் ஏற்றுக்கொள்ளவும் முடியாது."

இந்த ஒரு காட்சியில் இருந்து இன்னும் மேலான காட்சிகள் தான் எனது பார்வைக்கு தெரிந்தது. இந்த காட்சியில் எங்கள் இருவருக்குமே தாமதம் என்பது இருக்கும். ஆனால் தாமதம் என்பதை சலுகையாக என்னால் எடுத்-துக்கொள்ள முடியாது.

இதை இன்னும் கொஞ்சம் விரிவாக யோசித்துப் பார்த்தால், இன்றைய காட்சிக்கும் PRIVILEGE என்ற வார்த்தைக்கும் உள்ள சம்பந்தம் புரியும்.

Privilege என்ற வார்த்தைக்கு நிறைய அர்த்தங்கள் வரும் என்றாலும் அவற்றுள் முக்கியமான அர்த்தங்கள் இவை தான் - உரிமை, தனி சுதந்-திரம், சிறப்புரிமை, சலுகை என்று தமிழில் வெவ்வேறு வார்த்தைகளால் சொல்லலாம். இன்னும் கொஞ்சம் ஆழமாக யோசித்தால், exception (விதிவிலக்கு) என்ற வார்த்தை கூட இதே அர்த்தம் தான். Deviation(பொது நிலையிலிருந்து விலக்குதல்) என்ற வார்த்தையும் சில நேரங்களில் இதற்குள் அடங்கும்.

Privilege என்ற வார்த்தைக்கும் இன்றைய காட்சிக்கும் சம்பந்தம் இருக்கிறதா என்று கேட்டால் இருக்கிறது.

பொதுவாக பார்த்தால், நாங்கள் இருவருமே மெட்ரோ பயனாளிகள், இருவருமே வேலைக்கு செல்பவர்கள் தான். ஆனால் அவருக்கு இருக்கும் privilege எனக்கு கிடையாது.

வேலைக்கு தாமதமாக போனாலும் பரவாயில்லை என்பதெல்லாம் சலுகை அல்ல. உண்மையான சலுகை எது தெரியுமா?? நான் தாமதமாக போனாலும் எனக்கு பதிலாக, எனக்கு சப்போர்ட்டாக என்னை தூக்கி நிறுத்த ஒருவர் இருக்கிறார் என்பது தான் உண்மையில் சலுகை.

சலுகை/சிறப்புரிமை என்பதெல்லாம் அநேக நேரங்களில் நமக்கு கொடுக்கப்பட்டிருக்கும் அதிகமான உரிமைகள் மற்றும் விதிவிலக்குகள் பற்-றியே பேசப்படுகிறது.

ஆனால் சலுகை என்பது உண்மையில் நாம் தவறுகிற நேரங்களில் நமக்கு கொடுக்கப்படும் ஆதரவு மற்றும் தவறினாலும் பரவாயில்லை என்ற சுதந்திரம் தான். நீங்கள் வேண்டுமானால் நன்றாக கவனித்துப் பாருங்கள். நீங்கள் சலுகை இருக்கிறது என்று நினைத்துக்கொண்டிருக்கும் நிறைய காரி-யங்களில், உண்மையில் நீங்கள் தவறும் போது உங்கள் நிலை புரியும்.

நீங்கள் இன்னொன்றையும் கவனித்திருக்கிறீர்களா?? தோல்வி என்பது எல்லாருக்குமே வாழ்வில் பொதுவான காரியம் தான், ஆனால் தோல்வி

என்பது ஒரு சிலர்க்கு அனுமதிக்கப்பட்டிருக்காது.

எல்லாராலும் ஒரு தோல்வியை சமாளிக்க முடியாது. சிலருக்கு மட்டுமே அந்த சலுகை இருக்கும். தோல்வியை சந்தித்தால், தோற்றுப் போனால், அவர்களுக்கு பிரச்சனை இல்லை. அவர்களுக்கென்று ஒரு பாதுகாப்பு வளையம் எப்போதும் இருக்கும், அவர்கள் விழுந்தால், அவர்களை தாங்கி, மறுபடியும் மேலே எழுப்பிவிட.

ஆனால் சிலருக்கு அப்படியான பாதுகாப்பு வளையம் எல்லாம் கிடை-யாது. ' நீ முயற்சி செய்து பார்... பார்க்கலாம்..' என்ற குரல்கள் பின்னாலே கேட்டாலும், முயற்சி செய்து, பரிசோதனைகள் செய்து அதில் வெற்றி தோல்வி எல்லாம் பார்க்க, சமாளிக்க சலுகைகள் கிடையாது.

சர்வநிச்சயமாக வெற்றி மட்டுமே கிடைக்கும் விடயங்கள் என்பது தான் அவர்களின் தேர்வாக இருக்கும். "நீ தோற்றாலும் பரவாயில்லை, நம்ம குடும்பம் இருக்கு சப்போர்ட் பண்ண, நம்ம சொந்தபந்தம் இருக்கு, நம்மை தூக்கி விட.." என்பதான சலுகைகள் அவர்களுக்கு இருக்காது.

நம்மில் சிலருக்கு இந்த பிளான் இல்லையென்றால் இன்னொரு பிளான் என்று யோசிக்கும் சலுகை கிடைக்காது. நமக்கு கொடுக்கப்பட்டிருக்கும் வாய்ப்பு எல்லாமே ஒரு முறை மட்டுமே கிடைக்கும் வாய்ப்பாக இருக்கும். ஒரே கோர்ஸ், ஒரே படிப்பு, ஒரே வாய்ப்பு, ஒரே முயற்சி, ஆனால் அவற்றில் நாம் நிச்சயம் வெற்றி பெற்றே தீர வேண்டும்.

நம்மில் சிலருக்கு சவாலான விடயங்களை எல்லாம் தேர்வு செய்யும் அனுமதிகள் கிடையாது. எது பாதுகாப்போ, எது சர்வநிச்சயமாய் வாய்க்-குமோ அதை மட்டுமே தேர்ந்தெடுக்க முடியும்.

என்னைப்பொறுத்த வரை தோல்வியை சந்திக்கும் சுதந்திரம், அந்த சலுகை இங்கே நிறைய பேருக்கு கிடைப்பதில்லை.

Freedom to fail is a privilege and a gift.

ஒருவன் தோல்வியை சந்திக்கவேண்டுமானால் அவனுக்கு அதற்கான ஆதரவையும், அவனது தோல்வியை ஏற்றுக்கொள்ளும் மனப்போக்கையும், அந்த படுதோல்விக்குப் பின்னும் மீண்டும் முயற்சி செய் என்று தைரி-யப்படுத்தும் இதயமும் அவனைச் சுற்றியுள்ளவர்களுக்கு வேண்டும். அநேக நேரங்களில் அந்த ஏற்றுக்கொள்ளும் பண்பும், ஆதரவளிக்கும் இதயமும் நமக்கு இருப்பதில்லை.

தோல்வியடையும் சுதந்திரம் உண்டு என்றால், ஆதரவு என்பது அந்த தோல்விக்குப்பின் மீண்டுமாய் தோற்றவனை நம்புவது, ஏற்றுக்கொள்ளுதல் என்பது தோல்வியுற்றவன் மேலுள்ள நிபந்தனையற்ற அன்பு.

சலுகை என்பது இதெல்லாம் சேர்ந்த விடயம் மட்டுமே...

நீங்கள் நினைப்பது போல அதிகம் கிடைக்கும் உரிமை,பொருள்,காலம், சுற்றம், ஆதரவு எல்லாம் சலுகைகள் அல்ல.

இவன்
கார்த்தி சௌந்தர்